പുരോഗമന സാഹിത്യവും കേരളവും

purogamanasahithyavum keralavum

•

m m narayanan

•

first chintha edition
may 2017

•

published
chintha publishers, thiruvananthapuram

•

typesetting
star communications, thiruvananthapuram

•

cover
vinod

•

വിതരണം

ദേശാഭിമാനി ബുക്ക് ഹൗസ്

H O തിരുവനന്തപുരം-695 035
phone: 0471-2303026, 6063026
www.chinthapublishers.com
chinthapublishers@gmail.com

ബ്രാഞ്ചുകൾ

ഹെഡ്ഡാഫീസ് ബ്രാഞ്ച് കുന്നുകുഴി • സ്റ്റാച്യു തിരുവനന്തപുരം • കെ എസ് ആർ ടി സി ബസ് സ്റ്റേഷൻ ആലപ്പുഴ • കെ എസ് ആർ ടി സി ബസ് സ്റ്റേഷൻ എറണാകുളം • മച്ചിങ്ങൽ ലെയ്ൻ തൃശൂർ • ഐ ജി റോഡ് കോഴിക്കോട് • മാവൂർ റോഡ് കോഴിക്കോട് • എൻ ജി ഒ യൂണിയൻ ബിൽഡിങ് കണ്ണൂർ • സെൻട്രൽ ബസ് ടെർമിനൽ കോംപ്ലക്സ് താവക്കര കണ്ണൂർ

CO - 2515 / 4353
ISBN - 978-93-86364-84-5

പുരോഗമന സാഹിത്യവും കേരളവും

എം എം നാരായണൻ

ചിന്ത പബ്ലിഷേഴ്സ്
തിരുവനന്തപുരം-695 035

എം എം നാരായണൻ

പാലക്കാട് ജില്ലയിൽ ഒറ്റപ്പാലം താലൂക്കിലുൾപ്പെട്ട ത്രാങ്ങാലിയിൽ ജനിച്ചു. വിദ്യാർത്ഥി പ്രസ്ഥാനത്തിലൂടെ പൊതുരംഗത്ത് വന്നു. പൊന്നാനി എം ഇ എസ് കോളേജിൽ അദ്ധ്യാപകനായിരുന്നു. സാഹിത്യ-സംസ്കാര വിമർശനങ്ങളിലും മറ്റു സൈദ്ധാന്തിക സംവാദങ്ങളിലും വാമൊഴികൊണ്ടും വരമൊഴികൊണ്ടും ഇടപെടാറുണ്ട്. കലാസമിതി പ്രവർത്തനവും നാടകപ്രവർത്തനവും ഉണ്ടായിരുന്നു. ദേശാഭിമാനി സ്റ്റഡിസർക്കിളിലൂടെയും പു ക സ യിലൂടെയും സാംസ്കാരിക പ്രവർത്തനങ്ങളിൽ സജീവമായി.

പ്രധാനകൃതികൾ: *വാൽക്കണ്ണാടിയും പുകക്കുഴലും, ഇ എം എസ് സംവാദങ്ങൾ, പ്രതിവാദങ്ങൾ, കലയും രാഷ്ട്രീയവും കവിതയിൽ.*

വിലാസം : ദിനശ്രീ,
ഉറൂബ് നഗർ
പൊന്നാനി
ഫോൺ : 9847514883

ഉള്ളടക്കം

പ്രസാധകക്കുറിപ്പ്

കഴിഞ്ഞ നൂറ്റാണ്ടിന്റെ മുപ്പതുകളിൽ മുളയെടുത്ത സാഹിത്യപ്രവണതകളുടെ സാകല്യമാണ് പുരോഗമന സാഹിത്യം. കേരളത്തിന്റെ സവിശേഷമായ ഒരു ചരിത്രസന്ദർഭത്തെയാണ് ആ സാഹിത്യം പ്രതിഫലിപ്പിക്കുകയും പ്രകാശിപ്പിക്കുകയും ചെയ്യുന്നത്.

കേരള ചരിത്രത്തിൽ പുരോഗമന സാഹിത്യത്തിന്റെ സംഭാവനകളും പുരോമഗന സാഹിത്യപ്രസ്ഥാനത്തിന്റെ വളർച്ചയുടെ വിവിധഘട്ടങ്ങളും വരച്ചു കാട്ടുകയാണ് എം എം നാരായണൻ തന്റെ *പുരോഗമന സാഹിത്യവും കേരളവും* എന്ന ഈ ഗ്രന്ഥത്തിൽ. വലിയ തോതിൽ സ്വീകരിക്കപ്പെടും എന്ന ഉറപ്പോടെ ഈ ഗ്രന്ഥം ഞങ്ങൾ പ്രസിദ്ധീകരിക്കുകയാണ്.

ചിന്ത പബ്ലിഷേഴ്സ്

1

പുരോഗമന സാഹിത്യവും ഇടതുപക്ഷ കേരളവും

സാഹിത്യമെന്നത് ആത്യന്തികമായി ഒരു വിദ്ധ്വംസകപ്രവൃത്തിയാണെന്ന് നിരീക്ഷിക്കപ്പെട്ടിട്ടുണ്ട്. എങ്കിൽ, ഭാഷപ്പെടുത്തിയ ഏതു ഭാവനാവ്യാപാരവും പുരോഗമന സാഹിത്യമാണെന്ന് പറയേണ്ടിവരും. ഒരെഴുത്തുകാരന്റെ 'കൈക്കുറ്റപ്പാടുകൾ' മുഴുവൻ, ഒരു കഥയോ കവിതയോ അടിമുടി, പുരോഗമനാത്മകമാണെന്ന് ഇതിനർത്ഥമില്ല. കൃതിയിലെ പുരോഗമനാത്മകത സ്വയം പ്രത്യക്ഷപ്പെടുന്നത് കേവലമായ ഭാഷാവ്യവഹാരം സാഹിത്യ വ്യവഹാരമായി പരിണമിക്കുന്ന ചില മുന്തിയ മാത്രകളിലോ സന്ദർഭങ്ങളിലോ മാത്രമായിരിക്കും. എന്നാൽ, സാഹിത്യത്തിലെ സാഹിത്യപരതയെക്കുറിച്ച് വിവരിക്കാനോ വിശകലനം ചെയ്യുന്നതിനോ ഒന്നുമല്ല ഇവിടെ മുതിരുന്നത്. പുരോഗമന സാഹിത്യം, കഴിഞ്ഞ നൂറ്റാണ്ടിന്റെ മുപ്പതുകളിൽ മുളയെടുത്ത സാഹിത്യപ്രവണതകളുടെ സാകല്യമാണ് കേരളത്തിന്റെ സവിശേഷമായ ഒരു ചരിത്രസന്ദർഭത്തെയാണ് ആ സാഹിത്യം പ്രതിഫലിപ്പിക്കുകയും പ്രകാശിപ്പിക്കുകയും ചെയ്തത്.

ചന്തുമേനോനും കുമാരനാശാനും പുരോഗമനസാഹിത്യത്തിന്റെ പൂർവ്വസൂരികളാണെന്ന് പറയാറുണ്ട്. വിശാലമായ അർത്ഥത്തിൽ അവരെല്ലാം മലയാള പുരോഗമന സാഹിത്യത്തിന്റെ മഹാന്മാരായ മുൻഗാമികളാണ്. എന്നാൽ, അന്യഭിന്നമായ അടയാളങ്ങൾ ഉള്ള പുരോഗമന സാഹിത്യം *ഇന്ദുലേഖ*യുടെയോ *ദുരവസ്ഥ*യുടെയോ കേവലമായ തുടർച്ചയല്ല, വ്യക്തവും കൃത്യവുമായ വിടർച്ച ആയിരുന്നു. അധികാരം ദുഷിക്കുന്ന മുറയ്ക്ക് നഗ്നവും ദുസ്സഹവുമായ 'ആധിപത്യ'മായി തീരാറുണ്ടെങ്കിലും പലപ്പോഴും അത് സഹനീയവും ചിലപ്പോൾ മഹനീയം പോലുമായി തോന്നാനിടയുള്ള 'മേല്ക്കോയ്മ'യായി വികസിക്കാറുണ്ട്. ആധിപത്യ പ്രത്യയശാസ്ത്രം ഇങ്ങനെ ആധിപത്യത്തെ മേല്ക്കോയ്മയായി

മാറ്റിയെടുക്കാനാണ് പാടുപെടുന്നത്. ഈ മേല്ക്കോയ്മക്കകത്താണ് നമ്മുടെ ജീവിതം നാം ജീവിക്കുന്നത്. മേല്ക്കോയ്മയെ പിന്തുണയ്ക്കുന്ന 'സാമാന്യബോധ'ത്തെ ചില നേരങ്ങളിൽ സർഗ്ഗഭാവന മറികടന്നു പോകാറുണ്ട്. സാധാരണ ഭാഷ അപ്പോൾ രൂപാന്തരപ്പെട്ട് സാഹിത്യ ഭാഷയാകുന്നു. ജാതിമേധാവിത്വത്തിന്റെയും പുരുഷാധിപത്യത്തിന്റെയും ഘടനകളെ സാദ്ധ്യവും സ്ഥിരവും സാധുവുമാക്കുന്ന പ്രത്യയശാസ്ത്രാധീശത്വത്തെ *ഇന്ദുലേഖ* എഴുതുമ്പോൾ ചന്തുമേനോനും തന്റെ കാവ്യജീവിതത്തിന്റെ സഫലയാമങ്ങളിൽ കുമാരനാശാനും അംഗീകരിക്കാൻ വിസമ്മതിക്കുന്നുണ്ട്. അത്രത്തോളം ആ നോവലിനും കവിതകൾക്കും പുരോഗമനോന്മുഖത്വം അവകാശപ്പെടുകയും ചെയ്യാം. എന്നാൽ, അധിനിവേശം ഒരു പരിധിവരെ അഭികാമ്യവും സ്വീകാര്യവുമാക്കുന്ന പ്രത്യയശാസ്ത്രത്തിന്, മലയാളത്തിലെ എക്കാലത്തെയും ഈ വലിയ എഴുത്തുകാർ പലപ്പോഴും വിധേയരാവുകയുണ്ടായി. ജാതിമേധാവിത്വത്തിന്റെയും പുരുഷപ്രമാണിത്വത്തിന്റെയും സമൂഹഘടനയും കുടുംബവ്യവസ്ഥയും പൊളിച്ചു പണിയാൻ ബ്രിട്ടീഷ് ഭരണം ഉതകിയേക്കാമെന്നു തന്നെ അവർ കരുതി. നമ്പൂരി പ്രഭുത്വവും മരുമക്കത്തായവും ഇംഗ്ലണ്ടിന്റെ ഭരണം കൊണ്ടും ഇംഗ്ലീഷ് വിദ്യാഭ്യാസം കൊണ്ടും നശിച്ചു മണ്ണടിയുമെന്ന്, ഒയ്യാരത്ത് ചന്തുമേനോൻ വിശ്വസിച്ചിരുന്നു. ജാതിമേല്ക്കോയ്മയെ എതിർക്കാതെ, അതിനോടേറ്റു നില്ക്കാൻ കീഴാളരെ ഒരു കൈ സഹായിക്കുന്ന കോളനി വാഴ്ചയ്ക്കെതിരെ പൊരുതുന്നത് യുക്തിഹീനമായ വ്യർത്ഥ വ്യായാമമാണെന്ന് കുമാരനാശാൻ വിചാരിച്ചിരുന്നു. അടച്ചിട്ട അടുക്കള വാതിൽ തുറന്ന് സ്ത്രീകളെ അരങ്ങിലെത്തിക്കാൻ വെള്ളക്കാരൻ നിർമ്മിച്ച നീതിന്യായ സംവിധാനത്തിന് കഴിയുമെന്ന്, വി ടി പോലും പ്രതീക്ഷിക്കുന്നുണ്ട്.

ഇംഗ്ലണ്ടിന് ഇന്ത്യയിൽ നശീകരണത്തിന്റെയും ഒപ്പം നവീകരണത്തിന്റെയും ഇരട്ട ദൗത്യമാണ് നിർവ്വഹിക്കാനുള്ളതെന്ന തന്റെ മുൻധാരണയെ സ്വയം തിരുത്തിക്കൊണ്ട് കൊളോണിയലിസം ഇന്ത്യയെ നശീകരിക്കുമെന്നും നവീകരിക്കാൻ പോകുന്നില്ലെന്നും അതിന് ബ്രിട്ടനിൽ ഒരു തൊഴിലാളിവർഗ്ഗവിപ്ലവം വിജയിക്കുകയോ ഇന്ത്യക്കാർ കോളനിവാഴ്ചയിൽ നിന്ന് സ്വാതന്ത്ര്യം നേടുകയോ വേണ്ടിവരുമെന്ന് മാർക്സ് (The Future Results of British Rule in India) അധിനിവേശത്തിന് ഇവിടെ അടിയുറച്ചു കിട്ടും മുമ്പു തന്നെ തിരിച്ചറിയുകയുണ്ടായി. കൊളോണിയലിസത്തിൽ നിന്ന് ഇന്ത്യയുടെ സ്വാതന്ത്ര്യമെന്ന പ്രമേയം, ലോകസമക്ഷം ആദ്യം അവതരിപ്പിച്ചത് മാർക്സായിരുന്നു. അധിനിവേശം ഇന്ത്യയുടെ ആധുനികവല്ക്കരണത്തിന് ചരിത്രത്തിന്റെ ഉപകരണമായിരുന്നു എന്ന് ഇന്നും ചില ബുദ്ധിജീവികളും അക്കാദമിക് വൃത്തങ്ങളും വിശ്വസിച്ചുവരുന്നുണ്ട്. നാരായണഗുരുവോ അയ്യങ്കാളിയോ അല്ല ബ്രിട്ടീഷുകാരാണ് നവകേരളത്തിന്റെ ശില്പികളെന്ന് ഡോ. എം ജി എസ് നാരായണനെപ്പോലൊരു ചരിത്രകാരൻ ഈയിടെ ഒരഭിമുഖത്തിൽ (*മാതൃഭൂമി* വാരാന്ത്യപ്പതിപ്പ്) അഭിപ്രായപ്പെടുകയുണ്ടായി. എന്നാൽ, ഈ മൂഢവി

ശ്വാസം ചുരുങ്ങിയത് ഒന്നര നൂറ്റാണ്ടെങ്കിലും മുമ്പ് തള്ളിക്കളയുകയും ഇന്ത്യൻ നവോത്ഥാനത്തിന്റെ ദൂതൻ കൊളോണിയലിസമല്ല, കോളനി വിരുദ്ധ ദേശീയ പ്രസ്ഥാനമാണെന്ന മൗലികമായ ആശയം മാർക്സ് മുന്നോട്ടുവയ്ക്കുകയും ചെയ്തു. കടൽ വെള്ളത്തിൽ കലർന്ന് കലങ്ങി നശിക്കുന്ന പുഴവെള്ളത്തെ വെട്ടിത്തിരിച്ച് മണ്ണിനെ സസ്യഫലാഢ്യമാക്കിയ ബലരാമന്റെ കലപ്പ പോലെ ഇരുപതാം നൂറ്റാണ്ടിന്റെ കേരള ചരിത്രത്തെ മാർക്സ് ഉപദർശിച്ച മാർഗ്ഗത്തിലേക്ക് ഉപനയിക്കുകയാണ് മലയാളത്തിൽ പുരോഗമനസാഹിത്യം ചെയ്തത്. ഇവിടെയാണ് അത് ചന്തുമേനോന്റെയും കുമാരനാശാന്റെയും വള്ളത്തോളിന്റെയും കാഴ്ചപ്പാടുകളുമായി കലഹിച്ച് പിരിയുന്നത്.

ഭൂതാഭിമാനവും ദേശാഭിമാനവും സംഗമിക്കുകയും സമന്വയിക്കുകയും ചെയ്യുന്ന വള്ളത്തോളിന്റെ ലോകബോധത്തോടും പുരോഗമന സാഹിത്യത്തിന് പിണങ്ങിയകലേണ്ടി വരുന്നുണ്ട്. വിദേശാധിപത്യത്തിനെതിരായ ദേശാഭിമാനം ഭൂതകാല വിഭൂതികളുടെ ആരാധനയ്ക്കപ്പുറം ഒരുതരം ഹൈന്ദവ പുനരുത്ഥാന വാദമായി കവിതകളിൽ ചിലയിടത്ത് നിറം പകരുന്നുണ്ട്. എന്നാൽ, ബംഗാളി ഭാഷയിൽ ബങ്കിംചന്ദ്ര ചാറ്റർജിയുടെ 'ആനന്ദമഠ'ത്തിലുള്ളതുപോലെ ചരിത്രകാരനായ ബിപിൻ ചന്ദ്ര 'വികേയ്റിയസ് നാഷണലിസം' എന്നു വിളിക്കുന്ന യവനവിരോധ (മുസ്ലീം വിരോധം)മായി അത് തരം താഴുകയുണ്ടായില്ലെന്നതും എടുത്തുപറയേണ്ടതുണ്ട്. ഏതായാലും അധിനിവേശത്തെ നവോത്ഥാനത്തോടും കോളനിവിരുദ്ധ ദേശീയതയെ പുനരുത്ഥാനത്തോടും ബന്ധപ്പെടുത്തി പരിഗണിച്ചുവന്ന പാരമ്പര്യത്തിൽനിന്ന് പുരോഗമനസാഹിത്യം സമ്പൂർണ്ണമായും സ്വയം വിച്ഛേദിച്ച് മുന്നോട്ടു വരികയുണ്ടായി.

ദേശീയപ്രസ്ഥാനം വളർന്നുവരുന്നതിനു സമാന്തരമായി ദേശീയതയെക്കുറിച്ചുള്ള ഭിന്നവീക്ഷണങ്ങൾ തമ്മിൽ സംവാദങ്ങളും സംഘർഷങ്ങളും വളരുന്നുണ്ടായിരുന്നു. ജനങ്ങൾക്കിടയിൽ വർണ്ണ, ജാതിവ്യത്യാസങ്ങളും മത, ഭാഷാ ഭേദങ്ങളും ഉണ്ടായിരുന്നു. രാഷ്ട്രം മതാധിഷ്ഠിതമാണെന്നും ഇന്ത്യക്കാർ ഹിന്ദുക്കളാണെന്നും അഹിന്ദുക്കളായ മുസ്ലീങ്ങളും ക്രിസ്ത്യാനികളും വൈദേശിക മതവിശ്വാസികളാകയാൽ സ്വദേശികളല്ലെന്നും ചിലർ വാദിച്ചു. ഭൂരിപക്ഷമായ ഹിന്ദുക്കളും ന്യൂനപക്ഷത്തിലെ ഭൂരിപക്ഷമായ മുസ്ലീങ്ങളും രണ്ടു രാഷ്ട്രങ്ങളാണെന്നും അതുകൊണ്ട് ഇന്ത്യാവിഭജനം അനിവാര്യമാണെന്നും ഉള്ള അഭിപ്രായങ്ങളും ഉയർന്നുവന്നു. മതേതരവും ഭാഷാനിരപേക്ഷവുമായ അഖണ്ഡഭാരതമെന്ന ആശയമാണ് സ്വാതന്ത്ര്യപ്രസ്ഥാനത്തിന്റെ മുഖ്യധാര കൈക്കൊണ്ടത്. എന്നാൽ, ഇന്ത്യ മതനിരപേക്ഷമായിരിക്കുമ്പോൾ തന്നെ ഭാഷാധിഷ്ഠിതമായ ഒരു ബഹുദേശീയ രാഷ്ട്രമാണെന്ന സമീപനമാണ് കമ്യൂണിസ്റ്റുകാർക്കുണ്ടായിരുന്നത്. നാം സാംസ്കാരമുള്ള ഒരു ജനതയുടെ രാഷ്ട്രമല്ല, പല സംസ്കാരമുള്ള പല ജനതയുടെ ഒരു രാഷ്ട്രമാണെന്ന് വിശദീകരിക്കപ്പെട്ടു. ഭാഷയാണ് ജനങ്ങളെ കൂട്ടിവിളക്കുന്ന പ്രാഥമികവും സുപ്ര

ധാനവുമായ ഇണക്കുകണ്ണി എന്നത് അനിഷേധ്യവും ആനുഭവികവുമായ സത്യമാണല്ലോ. സാംസ്കാരികവും ഭാഷാപരവുമായ നാനാത്വത്തെ അംഗീകരിക്കാതെ (ഭാഷാനിരപേക്ഷമായി) രാഷ്ട്രത്തിന് ഏകത്വം പുലർത്താനാവില്ലെന്ന്, ഈ ഉപഭൂഖണ്ഡത്തിലെ പാകിസ്ഥാന്റെ പില്ക്കാല ചരിത്രം ഉദാഹരിച്ചു കാട്ടുന്നുണ്ട്. ഏകപക്ഷീയമായി ഉർദു ദേശീയ ഭാഷയായി അടിച്ചേല്പിച്ചതിനോടുള്ള ബംഗാളികളുടെ പ്രതികരണവും പ്രതിഷേധവും ആണ് ബംഗ്ലാദേശിന് രൂപംനല്കിയത്.

ഇങ്ങനെ ജനങ്ങൾ അവരുടെ ദേശാഭിമാനത്തെ, കണ്ടെത്തുകയും തിരിച്ചറിയുകയും പ്രകാശിപ്പിക്കുകയും ചെയ്യുന്നത് പലപ്പോഴും ഭാഷാഭിമാനത്തിലൂടെ ആണെന്നും അന്യഥാ അമൂർത്തമായ ദേശീയതയുടെ മൂർത്തരൂപമാണ് ഭാഷാദേശീയതയെന്നും ഉള്ള, കമ്യൂണിസ്റ്റുകാർ മുന്നോട്ടുവച്ച ഈ സൈദ്ധാന്തിക സമീക്ഷയ്ക്ക് വലിയ സ്വീകാര്യതയാണ് ലഭിച്ചത്. സാഹിത്യം ഭാഷയുടെ മാധ്യമത്തിൽ ചെയ്യുന്ന സർഗ്ഗവൃത്തിയാകയാൽ, ഭാഷാധിഷ്ഠിത ദേശീയതയെ മലയാളത്തിൽ കവിതയും കഥയുമെഴുതുന്നവർ കൈമെയ് മറന്ന് പിന്തുണയ്ക്കുകയുണ്ടായി. സമുദായസവിശേഷമായ നവോത്ഥാനം ഏറക്കുറെ പിൻവാങ്ങുകയും സ്വാതന്ത്ര്യപ്രസ്ഥാനം കത്തിപ്പിടിച്ചു തുടങ്ങുകയും ചെയ്ത കാലസന്ധിയിൽ ദേശീയത സംബന്ധിച്ച ശരിയായ സിദ്ധാന്തത്തിന്റെയും പ്രയോഗത്തിന്റെയും വിജയമാണ് കമ്യൂണിസത്തിന് കേരളത്തിൽ അന്യദേശഭിന്നമായ വിധിയും ഗതിയും സമ്മാനിച്ചതെന്ന് കരുതാൻ ന്യായമുണ്ട്. തിരിച്ച്, കമ്യൂണിസ്റ്റ് പ്രസ്ഥാനം കേരളത്തിന്റെ ചരിത്രഗതിയെയും സ്വാധീനിക്കുകയും മാറ്റിത്തീർക്കുകയും ചെയ്തു. ഇങ്ങനെ മലയാളിയുടെ സമൂഹചേതനയിൽ കമ്യൂണിസത്തിന്റെ ചെന്താരോദയത്തിനും അതുവഴി കമ്യൂണിസത്തിന് കേരളത്തിന്റെ ഭാഗധേയം നിർണ്ണയിക്കാൻ സാധിച്ചതിനും സഹായകമാവുന്ന സാംസ്കാരികാന്തരീക്ഷം സൃഷ്ടിച്ചെടുക്കുന്നതിൽ പുരോഗമന സാഹിത്യം വഹിച്ച പങ്ക് ആഴത്തിലുള്ള അപഗ്രഥനം ആവശ്യപ്പെടുന്നുണ്ട്. ഏതായാലും തങ്ങൾ ഉയർത്തിയ ഭാഷാധിഷ്ഠിത ദേശീയതയുടെ കരുത്തുകൊണ്ട്, കമ്യൂണിസ്റ്റുകാർക്ക് ആദ്യം സാഹിത്യലോകത്തിന്റെയും തുടർന്ന് മലയാളിയുടെ മനോരാജ്യത്തിന്റെയും ഭരണഭാരമാണ് കൈവന്നത്.

കമ്യൂണിസ്റ്റുകാർ മുന്നോട്ടുവച്ച, സമൂലമായിത്തന്നെ പരഭിന്നമായ ദേശീയബോധം സാധാരണ ബഹുജനങ്ങൾക്കിടയിൽ പ്രചരിപ്പിക്കാൻ ശ്രമിച്ചപ്പോൾ വലിയ പ്രയാസങ്ങളും പ്രതിബന്ധങ്ങളും അവർക്ക് നേരിടേണ്ടിവന്നു. *ഉയരുന്ന യവനിക*യിൽ കെ ദാമോദരന്റെ *പാട്ടബാക്കി*യെക്കുറിച്ചെഴുതുമ്പോൾ, സി ജെ തോമസ് ഈ പ്രശ്നം ചൂണ്ടിക്കാട്ടുന്നുണ്ട്. ജനങ്ങൾക്ക് അവരുടെ വർഗ്ഗതാല്പര്യത്തിന്റെ ഭാഷയിലേക്ക് മൊഴിമാറ്റം ചെയ്യാതെ ദേശീയബോധമെന്തെന്ന് മനസ്സിലാവുകയില്ല. വർഗ്ഗബോധത്തിൽനിന്ന് ദേശീയബോധത്തിലേക്കും വർഗ്ഗസമരത്തിലൂടെ സ്വാതന്ത്ര്യസമരത്തിലേക്കും അവർ സ്വയം സഞ്ചരിച്ചെത്തേണ്ടതുണ്ട്. ഇതിനവരെ

പ്രാപ്തരും പ്രേരിതരും പ്രചോദിതരുമാക്കുന്നതിന് സാഹിത്യത്തിന്റെയും കലയുടെയും സാദ്ധ്യതകളെ പരമാവധി പ്രയോജനപ്പെടുത്തുകയായിരുന്നു കമ്യൂണിസ്റ്റുകാർ ചെയ്തത്. സാഹിത്യം സാധാരണ മലയാളിയുടെ സാംസ്കാരിക ജീവിതത്തിന്റെ കേന്ദ്രത്തിൽ താമസമാക്കുന്നത് ആ കാലത്താണ്. സാഹിത്യത്തിൽ ആവിഷ്കരിക്കുന്നത് ജീവിതത്തിലേക്കും ജീവിതത്തിൽ അനുഭവിക്കുന്നത് സാഹിത്യത്തിലേക്കും മുന്നറിയിപ്പില്ലാതെ കടന്നുവരാൻ തുടങ്ങി. വാമൊഴിയും വരമൊഴിയും തമ്മിൽ ഭേദമില്ലാതായി. ചങ്ങമ്പുഴക്കാലം, വായനയുടെ യാതൊരു പാരമ്പര്യവുമില്ലാത്തവരെക്കൂടി കവിതയുടെ കാമുകരാക്കി.

ജീവൽ സാഹിത്യ സംഘം മുതൽ പുരോഗമന സാഹിത്യ സംഘടന വരെയുള്ള സാഹിത്യ വേദികൾ, കേരള കലാ സമിതി മുതൽ കെ പി എ സി വരെയുള്ള നാടകസംഘങ്ങൾ, ഗായകസംഘങ്ങൾ, ഗ്രാമീണ കലാസമിതികൾ, വായനശാലകൾ, *പ്രഭാതം* മുതൽ *ദേശാഭിമാനി* വരെയുള്ള പത്രങ്ങൾ - ഇവയെല്ലാം ചേർന്നൊരുക്കിയ ഒരു പ്രതി പൊതുമണ്ഡലത്തിന്റെ (Counter public sphere) പശ്ചാത്തലമുള്ളതുകൊണ്ടാണ് അന്ന് അപ്രശസ്തരായ ഇ എം എസിനെയും കെ ദാമോദരനെയും പോലുള്ള യുവാക്കൾ കലയെപ്പറ്റിയും രാഷ്ട്രീയത്തെപ്പറ്റിയും എഴുതുകയും പറയുകയും ചെയ്യുമ്പോൾ കേരളം മുഴുവൻ ശ്രദ്ധിക്കുകയും പ്രശസ്തരും പ്രഗൽഭരുമായ പണ്ഡിതന്മാർക്കു പോലും അവരുടെ ശബ്ദം കേട്ടില്ലെന്നു നടിക്കാൻ കഴിയാതെ വരികയും ചെയ്തത്. ഇടതുപക്ഷ ആശയങ്ങൾക്ക് വിപുലമായ വിനിമയ സാദ്ധ്യതയേകുന്ന ഇത്തരമൊരു പ്രതി പൊതുമണ്ഡലത്തിന്റെ അഭാവമാണോ മറ്റുള്ളിടങ്ങളിൽ കേരളത്തിലേതുപോലെ കമ്യൂണിസത്തിനു വേരുറപ്പിക്കാൻ കഴിയാത്തതിനു കാരണമെന്ന ചോദ്യത്തിന് പ്രസക്തിയുണ്ട്. ജനങ്ങളുടെ സാംസ്കാരിക ജീവിതത്തിൽ സ്വാധീനമുറപ്പിച്ചതിനു പിന്നാലെ, അവരുടെ സാമൂഹ്യ സാമ്പത്തിക ജീവിതത്തിലേക്ക് ഇടതുപക്ഷ രാഷ്ട്രീയം ഒഴുകിപ്പരക്കാൻ തുടങ്ങി. കരഞ്ഞു നശിച്ചുകൊണ്ടിരുന്ന പാവങ്ങൾക്ക് പൊരുതി ജീവിക്കാനുള്ള ആത്മവിശ്വാസമാണ് പുരോഗമനസാഹിത്യംപകർന്നു നല്കിയത്. ചൂഷണമില്ലാത്തൊരു ലോകം സാദ്ധ്യമായേക്കുമെന്ന സ്വപ്നം ജനങ്ങളെ സമരോത്സുകരാക്കി ജാതി, മതാതീതമായ ദേശീയ ഐക്യം വർഗ്ഗൈക്യമായും ദേശീയബോധം വർഗ്ഗബോധമായും ജനങ്ങൾക്കിടയിൽ വ്യാപിച്ചു. നാരായണഗുരുവിനെ പോലുള്ളവർ പ്രോദ്ഘാടനം ചെയ്ത ജാതിവിരുദ്ധപ്രസ്ഥാനം പാട്ടക്കൂടിയാന്മാരുടെ ജന്മിവിരുദ്ധ പ്രക്ഷോഭമായി മാറി. അയ്യങ്കാളി തുടങ്ങിവച്ച സാധുജന മുന്നേറ്റം കർഷകത്തൊഴിലാളികളുടെ വേലയ്ക്കും കൂലിക്കും ഭൂമിക്കും വേണ്ടിയുള്ള സംഘടിതസമരങ്ങളായി മാറി. ബൂർഷ്വാ ദേശീയത ജനകീയ ദേശീയതയായും വരേണ്യ നവോത്ഥാനം ഗുണപരിണാമത്തിലൂടെ കീഴാള നവോത്ഥാനമായും മാറുന്നുണ്ട്. അഭിജാത തരുണർക്കും കുലവധുക്കൾക്കും പകരം അധഃകൃതരായ സ്ത്രീപുരുഷന്മാർ പുരോഗമന സാഹിത്യകൃതികളിലെ നായികാ നായകന്മാരായി. ഈ

കീഴ്മേൽ മറിയൽ കലയിൽ മാത്രമല്ല സംഭവിച്ചത്. ദളിതരുടെയും പതിതരുടെയും പിന്മുറക്കാർ ആരുടെയും അനുവാദം ചോദിക്കാതെ എല്ലായിടങ്ങളിലും ശിരസ്സുയർത്തിപ്പിടിച്ച് കയറി വരികയുണ്ടായി. ശതാബ്ദദീർഘമായ കാലം കൊണ്ടു നടക്കേണ്ട മാറ്റം ദശാബ്ദഹ്രസ്വമായ നേരം കൊണ്ട് ഇവിടെ സംഭവിക്കുകയായിരുന്നു. കണ്ണഞ്ചിക്കും വിധം ഗതിവേഗമുള്ള ആ കാലപരിണാമത്തിന് രാസത്വരകമാകാനുള്ള നിയോഗമാണ് പുരോഗമനസാഹിത്യം സ്വയം ഏറ്റെടുത്തത്.

ഭാഷാടിസ്ഥാനത്തിലുള്ള സംസ്ഥാന പുനഃസംഘടന എന്ന ആശയം ഭാഷാധിഷ്ഠിത ദേശീയതാവാദത്തിന്റെ സ്വാഭാവികമായ വിപുലീകരണമോ നവീകരണമോ ആണ്. ഇവിടെയാകട്ടെ. അനുഭൂതിതലത്തിൽ പുരോഗമനസാഹിത്യവും അനുഭവതലത്തിൽ സമരനിരതമായ ജീവിതവും മലയാളിയുടെ ഐക്യം സാധിച്ചെടുത്തിരുന്നു. അത് ഐക്യകേരളമെന്ന ആവശ്യത്തിന് ആക്കം കൂട്ടുകയും അനിവാര്യമാക്കുകയും ചെയ്തു. ഐക്യകേരളത്തിന്റെ സൂത്രധാരൻ എന്നാൽ കൊച്ചി രാജാവാണെന്ന് പ്രമുഖനായ ഒരു ചരിത്രകാരൻ അഭിപ്രായപ്പെട്ടിരിക്കുന്നു. രാജാവിന്റെ ഐക്യകേരള സങ്കല്പത്തോട് മറ്റെല്ലാവരും യോജിച്ചപ്പോൾ കമ്യൂണിസ്റ്റുകാർ മാത്രമാണ് എതിരുനിന്നതെന്നും അദ്ദേഹം (എം ജി എസ് നാരായണൻ) പറയുന്നു. കൊച്ചിരാജാവിന്റെ 'ഐക്യകേരളം' ഭാഷാ സംസ്ഥാനമല്ല. ഗോകർണ്ണം മുതൽ കന്യാകുമാരി വരെ നീളുന്ന ത്രിഭാഷാ സംസ്ഥാനമാണ്. അത് 'ബ്രിട്ടീഷ് കമ്മട്ടത്തിലടിച്ച കള്ളനാണയ'മാണെന്ന് പറഞ്ഞ് കമ്യൂണിസ്റ്റുകാർ തള്ളിക്കളഞ്ഞു എന്നുള്ളത് നേരാണ്. കൊച്ചി രാജാവിനോടു മാത്രമല്ല, മറ്റൊരു രാജാവിന്റെ 'സ്വതന്ത്ര തിരുവിതാംകൂർ' വാദത്തോടും കമ്യൂണിസ്റ്റുകാർക്ക് ചോര ചൊരിഞ്ഞ് പോരാടേണ്ടി വന്നു. എന്നാൽ സ്വതന്ത്രഭാരതഭരണം കൈയാളിയവർക്ക് ഭാഷാടിസ്ഥാനത്തിൽ സംസ്ഥാന പുനഃസംഘടനയ്ക്ക് ഉദ്യമിക്കാൻ ഒരു പോറ്റി ശ്രീരാമലുവിന് രക്തസാക്ഷിയാകേണ്ടിവന്നു. ഹിന്ദുത്വവാദികളാകട്ടെ തുടക്കം മുതലേ ഭാഷാസംസ്ഥാനങ്ങൾക്ക് എതിരായിരുന്നു. ഭാരതത്തിന്റെ ദേശീയത മതേതരം മാത്രമല്ല ഭാഷാധിഷ്ഠിതം കൂടിയാണെന്ന് വാദിച്ചതും ഭാഷാസംസ്ഥാനങ്ങൾക്കു വേണ്ടിയുള്ള ബഹുജനപ്രസ്ഥാനം കെട്ടിപ്പടുത്തതും കമ്യൂണിസ്റ്റുകാരായിരുന്നു. ഇ എം എസ്, *'കേരളം മലയാളികളുടെ മാതൃഭൂമി'* എഴുതിയത് ഐക്യകേരളപ്രസ്ഥാനത്തെ സൈദ്ധാന്തികമായി സജ്ജീകരിക്കാനായിരുന്നു.

"പദംപദം ഉറച്ചുനാം
പാടിപാടി പോവുക
പാരിലൈക്യ കേരളത്തിൽ
കാഹളം മുഴക്കുവാൻ"

എന്ന് കമ്യൂണിസ്റ്റ് കവിയായ പി ഭാസ്കരനെപ്പോലെ മറ്റു പുരോഗമനസാഹിത്യകാരന്മാരും ഏകീകൃത കേരളത്തിനുവേണ്ടി എഴുതുകയും പാടുകയും ചെയ്തു. അപ്പോൾ മലയാളികളുടെ ഐക്യത്തിലധിഷ്ഠിത

മായ ദേശീയബോധവും വർഗ്ഗൈക്യത്തിലധിഷ്ഠിതമായ വർഗ്ഗബോധവും സവിശേഷമായ അനുപാതത്തിൽ സമന്വയിപ്പിക്കാൻ കേരള കമ്യൂണിസത്തിനും അതിന്റെ പ്രഭാവത്തിൽ പൂവിട്ട പുരോഗമനസാഹിത്യഭാവനയ്ക്കും കഴിഞ്ഞതിന്റെ സാഫല്യം പോലെയാണ് കേരള ചരിത്രത്തിലെ ആ ചുവന്ന വർഷം 1957 പുലർന്നത്.

ജനങ്ങൾ വോട്ടു ചെയ്ത് കമ്യൂണിസ്റ്റുകാർ അധികാരത്തിൽ വന്നതുകൊണ്ടു തന്നെ നിർണ്ണായക വർഷമായിത്തീർന്ന 1957 നു തൊട്ടപ്പുറത്ത് അതിശക്തമായ ഒരു വലതുപക്ഷ പ്രതിതരംഗം ആഞ്ഞടിച്ച് '1959' ഉം കേരള ചരിത്രത്തിലെ നിർണ്ണായകവർഷമായി മാറി. മുണ്ടശ്ശേരിയും കൃഷ്ണയ്യരും അടക്കമുള്ള പ്രഗൽഭമതികളുൾപ്പെടുന്ന ആദ്യത്തെ ആ ഇ എം എസ് മന്ത്രിസഭ അധികാരമേറ്റപ്പോൾ ഏവരും അമ്പരക്കുകയും അത്ഭുതപ്പെടുകയും ഏറെ ആളുകൾ ആവേശഭരിതരാവുകയും വേറെ ചിലർ ആശങ്കാകുലരാവുകയും ചെയ്തു. കമ്യൂണിസത്തിനെതിരായ അമേരിക്കയുടെ നീക്കങ്ങൾ ശക്തിപ്പെട്ട കാലമായിരുന്നു അത്. സാഹസികമായ തെലുങ്കാനാ സമരം നയിച്ച ആന്ധ്രയിലെ കമ്യൂണിസ്റ്റ് പാർട്ടിപോലും പൊതുതിരഞ്ഞെടുപ്പിൽ ദയനീയമായി പരാജയപ്പെട്ടപ്പോൾ, കേരളത്തിലേക്ക് വൈകിവന്ന കമ്യൂണിസത്തിന് ഇത്രവേഗം മലയാളിയുടെ മനസ്സമ്മതം കിട്ടിയത് മറ്റു പലതിനുമൊപ്പം പുരോഗമന സാഹിത്യത്തിന്റെയും കലയുടെയും സർഗ്ഗ സാമർത്ഥ്യം കൊണ്ടാണെന്ന് ബോദ്ധ്യപ്പെട്ട വലതുപക്ഷം, കമ്യൂണിസ്റ്റു വിരുദ്ധ പ്രചാരവേലയിൽ പരിചയസമ്പത്തുള്ള കേരളത്തിലെ പ്രമുഖ പത്രങ്ങളെയും ചില വലതുപക്ഷ ബുദ്ധിജീവികളെയും എഴുത്തുകാരെയും ഇണക്കിയെടുത്തുകൊണ്ടാണ് അവരുടെ പ്രതിവിപ്ലവ പദ്ധതികൾ ആസൂത്രണം ചെയ്തത്. "സോഷ്യലിസ്റ്റ് റിയലിസത്തിന് മറുപടിയായി അത്യന്താധുനികതയ്ക്ക് പ്രോത്സാഹനവും സഹായധനവും നല്കുന്നതിൽ സി ഐ എ സുപ്രധാനവും പരമരഹസ്യവുമായ ഒരു പങ്കു വഹിച്ചു" എന്ന് പ്രശസ്തനായ പത്രപ്രവർത്തകൻ ഡാൻഹിന്റ് തന്റെ ഒരു പുസ്തകത്തിൽ (The Threat to Reason) പറഞ്ഞത് അന്നത്തെ കേരളത്തിലെ സാഹചര്യത്തിലും അക്ഷരംപ്രതി യോജിക്കുന്നുണ്ട്. ഇവിടെയും 'വിമോചനസമരത്തിന് സി ഐ എ നല്കിയ പിന്തുണ കുപ്രസിദ്ധമാണ്. പുരോഗമനസാഹിത്യം മുന്നോട്ടുവച്ച സകല സങ്കല്പങ്ങളെയും തള്ളിക്കളയുന്ന ആധുനികതാവാദം (Modernism) മലയാള സാഹിത്യത്തിലേക്ക് ആരവങ്ങളോടെ കടന്നുവന്നതിനു പിന്നിൽ, ആചാരസംഘത്തിന്റെ രക്തപങ്കിലമായ ഗുപ്തഹസ്തമുണ്ടായിരുന്നു എന്ന്; നമ്മുടെ സാഹിത്യ ചരിത്രത്തിന്റെ ഇരുൾ വീണ ഇടവഴികളിൽ ചിതറിക്കിടക്കുന്ന സൂചനകളെയും തെളിവുകളെയും പിന്തുടർന്നുള്ള ഒരന്വേഷണത്തിൽ തെളിയുക തന്നെ ചെയ്യും.

പുരോഗമനസാഹിത്യത്തിന്റെ സൽപാരമ്പര്യങ്ങളെ സംരക്ഷിക്കാനും ചിതറിത്തെറിച്ചുപോയ ഇടതുപക്ഷ പൊതുമണ്ഡലം പുനർനിർമ്മിക്കാനുമുള്ള പരിശ്രമങ്ങൾ തുടങ്ങുമ്പോഴേക്കും വൈകിപ്പോയിരുന്നു. ആദ്യം

ദേശാഭിമാനി സ്റ്റഡിസർക്കിളും പിന്നീട് പുരോഗമനകലാസാഹിത്യ സംഘവും രൂപീകരിക്കപ്പെട്ടു. തീക്ഷ്ണമായ ആശയസംവാദങ്ങളും സർഗ്ഗാവിഷ്കാരങ്ങളുമുണ്ടായി. അടിയന്തരാവസ്ഥയെ ചൂഴ്ന്നുനിന്ന വർഷങ്ങളിൽ കക്കാടും കടമ്മനിട്ടയും ആറ്റൂർ രവിവർമ്മയും സച്ചിദാനന്ദനും കെ ജി ശങ്കരപ്പിള്ളയും ഏഴാച്ചേരിയും എം കൃഷ്ണൻകുട്ടിയും കുഞ്ഞപ്പ പട്ടാന്നൂരും എഴുതിയ കവിതകൾ. എം സുകുമാരന്റെയും സി വി ശ്രീരാമന്റെയും വൈശാഖന്റെയും കഥകൾ, കെ ടിയുടെ നാടകങ്ങൾ ഇവയെല്ലാം, പുരോഗമനസാഹിത്യ പ്രവണതകൾക്കു പൊരുതാൻ ഇനിയും ബാല്യം അവശേഷിക്കുന്നുണ്ടെന്ന് അടയാളപ്പെടുത്തുകയുണ്ടായി. എന്നാൽ, തൊണ്ണൂറുകളിൽ ലോകസാഹചര്യം മാറിമറിഞ്ഞ മുറയ്ക്ക് കേരളീയ സാംസ്കാരിക ജീവിതത്തിലും വൻ മാറ്റങ്ങളുണ്ടായി.

വി ടി പത്രാധിപരായ 'ഉദ്ബുദ്ധകേരള'ത്തിൽ 'കല, കലയ്ക്കുവേണ്ടിയോ ജീവിതത്തിനു വേണ്ടിയോ' എന്ന പ്രശ്നം കുട്ടികൃഷ്ണമാരാർ ഒരു ഭാഗത്തും ഇ എം എസും കെ ദാമോദരനും മറുഭാഗത്തുമായി ചർച്ച ചെയ്തതിനെ തുടർന്നാണ് ജീവൽസാഹിത്യസംഘം രൂപീകൃതമായത്. എന്നാൽ, ആ പഴയ ചോദ്യങ്ങൾ മാത്രമല്ല ഉത്തരങ്ങളും ഇന്ന് അപ്രസക്തമായിരിക്കുന്നു. കല കമ്പോളത്തിനു വേണ്ടിയുള്ള നിർമ്മിതി മാത്രമാണെന്ന് കാലം വിധിയെഴുതിയിരിക്കുന്നു. മലയാളത്തിൽ പുരോഗമന സാഹിത്യം നാമ്പെടുത്തു വന്ന കാലത്ത് സംസ്കാരത്തിന്റെ കേന്ദ്രത്തിൽ സാഹിത്യത്തിനുണ്ടായ സിംഹാസനം ഇന്നതിന് നഷ്ടപ്പെട്ടിരിക്കുന്നു. സാഹിത്യത്തിന്റെ ഈ പ്രാന്തവല്ക്കരണം ഒരു ആഗോള പ്രതിഭാസമാണ്. അമേരിക്കൻ ഗാനസാഹിത്യത്തിന്റെ ഇതിഹാസമെന്നു വാഴ്ത്തപ്പെട്ട ബോബ് ഡിലനാണ് താരതമ്യേന യാഥാസ്ഥിതിക സൗന്ദര്യമൂല്യങ്ങൾ മുറുകെ പിടിക്കുന്ന നൊബേൽ സമ്മാനസമിതി, സാഹിത്യത്തിനുള്ള വിശ്വപുരസ്കാരം നല്കിയത്. ബോബ് ഡിലൻ, താനൊരു ഗാനമോ നൃത്തമോ ആണെന്ന് ഒരഭിമുഖത്തിൽ സ്വയം വിശേഷിപ്പിച്ചിട്ടുണ്ട്. ഗാനവും നൃത്തവും യഥാക്രമം ശ്രവ്യ-ദൃശ്യ കലകളാണ്. എന്നാൽ, സാഹിത്യം ഇന്ദ്രിയ സർവ്വസ്വത്തിനും ഒപ്പം ഇന്ദ്രിയാതീതവും ആയ അനുഭൂതിയാണ് പ്രദാനം ചെയ്യുന്നതെന്ന് പറയാറുണ്ട്. ഏതായാലും സമ്മാനിതമായത് ഗാനസാഹിത്യമായത് അഭികാമ്യമായ പുതുമയാണെങ്കിലും, മറ്റു സാഹിത്യശാഖകൾ സമ്മാനാർഹത നേടാതെ മുരടിച്ചു വരികയാണെന്ന സൂചനയും അതിലുണ്ട്. സാഹിത്യശാഖകൾക്ക് തമ്മിലും, സാഹിത്യവും മറ്റു കലകളും തമ്മിലും ഭേദമില്ലാതാവുകയാണ്. സാഹിത്യ വിമർശനത്തിന്റെ സ്ഥാനം സംസ്കാര വിമർശനം കൈയേറിയിരിക്കുന്നു. ഷേക്സ്പിയർ നാടകം പോലെ ശുഷ്കാന്തിയോടെ ഷോപ്പിങ് മാളിനെക്കുറിച്ചും പഠനമെഴുതുന്ന കാലമാണിത്. സാഹിത്യമടക്കമുള്ള സവിശേഷങ്ങൾ സംസ്കാരമെന്ന സാമാന്യത്തിൽ അലിഞ്ഞപ്രത്യക്ഷമാവുകയാണ്. സാഹിത്യത്തെ ജീവിതത്തോട് ചേർത്തുനിർത്താനാണ് പുരോഗമനസാഹിത്യം ശ്രമിച്ചത്. എന്നാൽ ഇന്നതിന്റെ ആവശ്യമില്ല. സാഹിത്യവും സംസ്കാരവും സമൂ

ഹത്തിന്റെ കേവലം ഉപരിഘടനയല്ല അടിത്തറയുടെതന്നെ അവിഭാജ്യ ഭാഗമായി കഴിഞ്ഞിരിക്കുന്നു. മുമ്പ്, ജീവിതത്തിൽ നിന്നകന്ന് ഏതോ ദന്ത ഗോപുരത്തിൽ വാഴുന്ന സാഹിത്യത്തിന്റെ ജീവിതവിമർശനത്തിന് വിശ്വാ സ്യതയില്ലായിരുന്നു. അടുക്കുമ്പോൾ തന്നെ ഒരകലം ദീക്ഷിക്കാതെ വിമർശനം സാദ്ധ്യമല്ല. ഇന്ന് സാഹിത്യം ജീവിതത്തോട് ഏറെ അടുത്തു പോകയാൽ ജീവിതവിമർശനത്തിനുള്ള അതിന്റെ സഹജപ്രഭാവം നഷ്ട പ്പെട്ടിരിക്കുന്നു.

ജനങ്ങൾ ഉല്പാദകരായ ജനകീയ കല, അവരെ വെറും ഉപഭോ ക്താക്കളാക്കുന്ന കമ്പോളകലയ്ക്കു വേണ്ടി വഴിമാറിയിരിക്കുന്നു. കമ്പോള വസ്തുവിനെ കാമ്യമാക്കുന്നത് അതിന്റെ 'പാക്കീജും' പരസ്യ വാചക ങ്ങളുമാണ്. അവ വസ്തുവിന്റെ യാഥാർത്ഥ്യത്തെ വെളിപ്പെടുത്തുകയല്ല, മറച്ചു വയ്ക്കുകയാണു ചെയ്യുന്നത്. ആ കെണിയിൽ വീണ് ആളുകൾ സംസ്കാരത്തിന്റെ കമ്പോളത്തിലെ മലിന വസ്തുക്കൾ ഭക്ഷിച്ച് മനോ രോഗികളായി കാരണമില്ലാതെ കലഹിക്കുകയും കാതലില്ലാതെ സ്നേഹി ക്കുകയും ചെയ്യുന്നു. സംസ്കാരവ്യവസായമെന്ന പ്രയോഗം സമൂഹത്തിൽ സംസ്കാരത്തിനുള്ള പ്രമുഖ പദവിയെ അല്ല, മൂലധനത്തിന്റെ വ്യാപന മോഹത്തെയാണ് സൂചിപ്പിക്കുന്നത്. പഴയ കൊളോണിയലിസം വിവിധ രാജ്യങ്ങളെ കീഴ്പ്പെടുത്തിയെങ്കിൽ ഇന്ന് എല്ലാ രാജ്യങ്ങളിലുമുള്ള ജന ങ്ങളുടെ ആശയാഭിലാഷങ്ങളുടെ സൃഷ്ടി, സ്ഥിതി, സംഹാര ശക്തി നേടി പുതിയ മാധ്യമാധിനിവേശം ഒരു ചെറുത്തുനില്പുപോലും നേരിടാതെ മുന്നേറുന്നു. സങ്കീർണ്ണവും വിഭക്തവുമായ മനുഷ്യസമുദായത്തിലെ സക ലർക്കും പങ്കുകൊള്ളാൻ കഴിയുന്ന ഏറ്റവും വലിയ സാർവ്വലൗകികമാധ്യമ മാണ് ടെലിവിഷൻ. എന്നാൽ, അതിലൂടെ സാമൂഹ്യബന്ധങ്ങൾ കെട്ടു കാഴ്ചകളായി മാറുകയും യാഥാർത്ഥ്യം ഉപഭോഗവസ്തുവായി നിർവ്വ ചിക്കപ്പെടുകയും ചെയ്യുന്നു. സംസ്കാരം, ടെറി ഈഗിൾട്ടൻ നിരീക്ഷിച്ച പോലെ, രാഷ്ട്രീയത്തെ സ്ഥാനഭ്രഷ്ടമാക്കാൻ സൗകര്യമരുളുന്ന സംവി ധാനമായിത്തീരുന്നു. സംസ്കാരത്തെ രാഷ്ട്രീയവല്ക്കരിക്കാനാണ് പുരോ ഗമനസാഹിത്യം മുൻകൈയെടുത്തത്. എന്നാൽ, രാഷ്ട്രീയത്തിന്റെ സാംസ്കാരികവല്ക്കരണത്തിനാണ് ഈ തലതിരിഞ്ഞ കാലം സാക്ഷ്യം വഹിക്കുന്നത്. പഴയ കൊളോണിയലിസം സ്വയം ന്യായീകരിക്കാൻ പുറ ത്തെടുത്ത തന്ത്രം പൊടി തട്ടി നവീകരിച്ച് അധിനിവേശവും ചെറുത്തു നില്പും ആധുനികവും പ്രാകൃതവുമായ സംസ്കാരങ്ങൾ തമ്മിലുള്ള ഏറ്റു മുട്ടലായി വ്യാഖ്യാനിക്കപ്പെടുന്നു. വർഗ്ഗങ്ങൾ തമ്മിലല്ല, സംസ്കാരങ്ങൾ തമ്മിലാണ് സംഘർഷമെന്ന സിദ്ധാന്തത്തിന് വൻ പ്രചാരമാണ് കിട്ടിക്കൊ ണ്ടിരിക്കുന്നത്.

ലാഭാർത്ഥം മൂലധനം സമയത്തിലൂടെയും ജനം ക്ഷേമാർത്ഥം സ്ഥല ത്തിലൂടെയും സഞ്ചരിച്ചുകൊണ്ടിരിക്കുകയാണ്. ധന താല്പര്യത്തെ കമ്പോളം ഏകീകരിക്കുകയും ജനതാല്പര്യത്തെ സംസ്കാരം ശിഥിലീ കരിക്കുകയും ചെയ്യുന്നു. ഐക്യം അവഗണിക്കപ്പെടുകയും വ്യത്യാസം

പരിഗണിക്കപ്പെടുകയും ചെയ്യുന്നു. വർഗ്ഗവൈരുദ്ധ്യം പരിഹരിക്കലല്ല, സാംസ്കാരിക വൈവിദ്ധ്യം പരിരക്ഷിക്കലാണ് പ്രധാനമെന്ന വാദം ശക്തിപ്പെടുന്നു. എന്നാൽ, വൈവിദ്ധ്യം സ്വയം ഒരു മൂല്യമാണെന്നു പറയാനാവില്ല. ഐക്യമാണ് മാറ്റങ്ങളുടെ മാതാവെന്നാണ് ചരിത്രം പഠിപ്പിക്കുന്നത്. ജനജീവിതത്തിന്റെ നൈസർഗ്ഗികമായ ബഹുത്വവും വൈവിദ്ധ്യവും ചവിട്ടിയരയ്ക്കാൻ ശ്രമിച്ചാൽ ചെറുത്തുതോല്പിക്കുക തന്നെ വേണം. എന്നാൽ, ചിലപ്പോൾ അത്തരം പരിഗണനകൾ കൂടുതൽ പ്രധാനവും മൗലികവുമായ പ്രശ്നങ്ങളിൽനിന്ന് ശ്രദ്ധ തിരിച്ചുവിടാനിടയുണ്ട്. മുതലാളിത്തത്തെപ്പറ്റി ഒന്നും മിണ്ടാതിരിക്കാനുള്ള ഗൂഢാലോചനകൾ സംസ്കാരത്തെപ്പറ്റിയുള്ള അതിഭാഷണങ്ങൾക്കു പിന്നിൽ മറഞ്ഞിരിപ്പുണ്ട്. നാനാത്വവും ഏകത്വവും വിപരീതങ്ങളല്ല, അവ പരസ്പര പൂരകങ്ങളാണ്. ആ ഇരട്ടകളിലൊന്നിനെ ഏകപക്ഷീയമായി ആഘോഷിക്കുമ്പോഴാണ് കലഹങ്ങളും കലാപങ്ങളും പൊട്ടിപ്പുറപ്പെടുന്നത്.

അധിനിവേശാനന്തരവാദത്തിന്റെയും ഉത്തരാധുനികതയുടെയും പ്രത്യയശാസ്ത്ര പരിസരങ്ങളിലാണ് സ്വത്വ രാഷ്ട്രീയവും അതിന്റെ നാട്ടുവേഷങ്ങളായ ജാതീയതയും വർഗ്ഗീയതയും മുളച്ചു മുതിരുന്നത്. ചൂഷക-ചൂഷിത സഹവാസം സാദ്ധ്യമാക്കുന്ന പ്രത്യയശാസ്ത്ര ഭവനം നിർമ്മിച്ചുയർത്തുകയാണ് സ്വത്വരാഷ്ട്രീയം ചെയ്യുന്നത്. അതുകൊണ്ടുതന്നെ അധികാര യന്ത്രം പ്രത്യക്ഷവും പരോക്ഷവുമായ വേഷഭാഷകളിൽ, ആഹാരരീതികളിൽ എല്ലാം കാണുന്ന നാനാത്വത്തെ നിഷേധിച്ച് നിർബ്ബന്ധപൂർവ്വമായ ഒരേകത്വം അടിച്ചേല്പിക്കപ്പെടുന്നു. അധികാരം, അടിച്ചേല്പിക്കുന്ന ഈ ഏകത്വം, ജനങ്ങൾ അവരുടെ ജീവിതത്തിലൂടെയും സമരത്തിലൂടെയും വികസിപ്പിച്ചെടുത്ത ഐക്യം തകർത്ത് അവർക്കിടയിൽ സംശയത്തിന്റെയും വിദ്വേഷത്തിന്റെയും കലഹത്തിന്റെയും വിത്തുകൾ പാകുന്നു. മുമ്പിവിടെ പതഞ്ഞുപൊങ്ങിയ സാമ്രാജ്യവിരുദ്ധ ദേശീയവികാരത്തെ ഒറ്റിക്കൊടുത്തവർ, വ്യാജദേശീയതയുടെ മുഖാവരണമണിഞ്ഞ് തങ്ങൾക്കു മുന്നിൽ വന്നുനിന്ന് താണുവണങ്ങി ദേശസ്നേഹത്തിന്റെ സാക്ഷ്യപത്രം നേടാനാവാത്തവരൊക്കെ ദേശദ്രോഹികളാണെന്ന് ആക്രോശിക്കാൻ തുടങ്ങിയിരിക്കുന്നു. ഇതിനെല്ലാമെതിരെ പ്രതിഷേധിക്കാനും പ്രതികരിക്കാനും എഴുത്തുകാരും കലാകാരന്മാരും ചരിത്രകാരന്മാരും മുന്നോട്ടുവന്നുകൊണ്ടിരിക്കുന്നു. വേറിട്ടുയരുന്ന ആ ശബ്ദങ്ങളെ കോർത്തുകെട്ടി ആഞ്ഞടിക്കാൻ കഴിയുന്ന ഒരു സാംസ്കാരിക മുന്നണിയായി പുരോഗമനസാഹിത്യപ്രസ്ഥാനം പുനർനിർമ്മിക്കേണ്ടതുണ്ട്. ഇടതുപക്ഷത്ത് ഇടറാതെ, തികഞ്ഞ ആശയവ്യക്തതയോടെ അടിയുറച്ചു നില്ക്കുമ്പോൾ തന്നെ, പ്രശ്നാധിഷ്ഠിതവും താല്ക്കാലികവും കൂടുതൽ വിശാലവുമായ ഐക്യമുന്നണികൾക്ക് രൂപംകൊടുക്കാനുള്ള ഘടനാപരമായ മെയ്വഴക്കവും പുരോഗമന കലാസാഹിത്യ സംഘത്തിൽനിന്ന് പ്രതിസന്ധികൾ നിറഞ്ഞ ഈ കാലം പ്രതീക്ഷിക്കുന്നുണ്ട്.

2

നമ്മുടെ രാഷ്ട്രീയ സാഹിത്യത്തിന്റെ ചില അനുഭവങ്ങൾ, പാളിച്ചകൾ

പിറന്നിട്ട് കഷ്ടിച്ച് ഇരുപതു സംവത്സരങ്ങൾ പിന്നിട്ടപ്പോഴേക്കും കമ്യൂണിസ്റ്റ് പാർട്ടി കേരളഭരണം ഒറ്റയ്ക്ക് കൈയാളാൻ മതിയായ ജന പിന്തുണ നേടുകയുണ്ടായി. അതീവ ഹ്രസ്വമെങ്കിലും അർത്ഥദീർഘമായ ആ കാലത്തിന്റെ ചരിത്രം ആവർത്തിച്ചും ആഴത്തിലുമുള്ള വായനകൾക്ക് വിധേയമാക്കേണ്ടതുണ്ട്. പത്ത് മലയാളികളെ എടുത്താൽ അതിൽ നാലു പേരെങ്കിലും, കമ്യൂണിസമെന്ന ഭൂതത്തെ ഉച്ചാടനം ചെയ്യാൻ പരസ്പരം ഒരു പാവന സഖ്യത്തിലേർപ്പെട്ട, ലോകത്തിലെ ഏറ്റവും വലിയ രണ്ട് സംഘടിതമതങ്ങളുടെ അനുയായികളാണ്. അന്യോന്യം തൊട്ടുകൂടാത്ത വരും തീണ്ടിക്കൂടാത്തവരുമായിരുന്ന, വിചിത്രമായ ഒരുതരം ഉച്ചനീചത്വ ബോധത്താൽ മാനസികമായെങ്കിലും അകന്നു പുലരുന്ന നാനാജാതി ക്കാരാണ് ബാക്കിയുള്ളവർ. ഇവരുടെ ഇടയിൽ നിന്നാണ് ഒരു കമ്യൂണി സ്റ്റുകാരൻ ബാലറ്റ് പെട്ടിയിലൂടെ ആദ്യം ഇവിടെ മുഖ്യമന്ത്രിയാവുന്നത്. അതിഗംഭീരമെന്ന് മാത്രം വിശേഷിപ്പിക്കാവുന്ന ഈ മഹാപരിണാമത്തിന്റെ പിന്നിൽ അറിയപ്പെടാത്തതും പറയപ്പെടാത്തതുമായ പല കഥകളും ഉണ്ടാവും. അതിലൊരു കഥയിലെ-മലയാള സാഹിത്യ ചിത്രാഖ്യാന ത്തിലെ - വേണ്ടത്ര തെളിയാത്ത ചില പേരുകളെയും അവരുടെ പോരു കളെയും പൊരുളുകളെയും അന്വേഷിക്കാനും കണ്ടെത്താനുമാണ് ഇവിടെ ശ്രമിക്കുന്നത്.

കമ്യൂണിസ്റ്റു പാർട്ടിയുടെ കേരളഘടകം നിലവിൽവന്ന അതേ വർഷം തന്നെയാണ് ജീവൽസാഹിത്യ സംഘവും നിലവിൽ വന്നത്. 'ഫാസിസ ത്തിനെതിരായ ഐക്യമുന്നണി' എന്ന 'കമ്യൂണിസ്റ്റു ഇന്റർനാഷണ'ലിന്റെ വിഖ്യാതമായ പ്രമേയം പ്രയോഗവല്ക്കരിക്കാനുള്ള സാഹിത്യകാരന്മാ രുടെ സമ്മേളനമാണ് മാക്സിം ഗോർക്കിയുടെ നേതൃത്വത്തിൽ പാരീ

സിൽവച്ച് കൂടിയത്. അതിന്റെ തുടർച്ചയായാണ് മുൽക്ക്രാജ് ആനന്ദ് മുൻകൈയെടുത്ത് ഇന്ത്യയിലെ പുരോഗമന ചിന്തകരായ എഴുത്തുകാരുടെ യോഗം ലഖ്നൗവിൽ ചേർന്നത്. ഈ ദേശീയ സാർവ്വദേശീയ സാഹിത്യസംഭവങ്ങളുടെ അനൗപചാരികമായ അനുബന്ധം പോലെയാണ് ജീവൽസാഹിത്യസംഘം രൂപീകരിക്കപ്പെടുന്നത്. ഇ എം എസിന്റെ ഭാഷയിൽ "ശിരോമണികളും പ്രൊഫസർമാരുമില്ലാത്ത 'രൂപഭദ്രത' തൊട്ടുതെറിപ്പിക്കാൻപോലുമില്ലാത്ത കുറേ യുവ രാഷ്ട്രീയപ്രവർത്തകന്മാർ മാത്രം പങ്കെടുത്ത" ഒരു സമ്മേളനമായിരുന്നു അത്. ആവേശവും ആദർശധീരതയും ആത്മാർത്ഥതയും മാത്രമായിരുന്നു അവരുടെ കൈമുതൽ. ലബ്ധപ്രതിഷ്ഠരായ എഴുത്തുകാരിൽ കേസരി ബാലകൃഷ്ണപിള്ള മാത്രമാണ് ജീവൽ സാഹിത്യസംഘടനയെ പിന്തുണച്ചത്. നാമ്പെടുത്തു വരുന്ന നന്മകളെയും പുതുമകളെയും സോൽസാഹം കൊണ്ടാടുക എന്നത് കേസരിയുടെ വിട്ടുമാറാത്ത ശീലമായിരുന്നു. "പുതിയ ലോകത്തിൽ, പുതിയ ഇന്ത്യയിൽ, പുതിയ കേരളം സൃഷ്ടിക്കാനുള്ള ക്ഷമകേടെ"ന്ന് ഇ എം എസ് വിളിച്ച വികാരത്താൽ വീർപ്പുമുട്ടുന്ന യുവതയുടെ കൂട്ടായ്മയായ ജീവൽ സാഹിത്യസംഘം 'രാഷ്ട്രീയ സാഹിത്യകാരന്മാരെ'ന്ന് വിളിക്കാവുന്ന എഴുത്തുകാരുടെ ഒരു പുതിയ 'സ്കൂളി'ന് അറിഞ്ഞോ അറിയാതെയോ തുടക്കം കുറിക്കുകയുണ്ടായി. കെ പി ജിയും ഡി എം പൊറ്റെക്കാടും പൊൻകുന്നം ദാമോദരനും കെടാമംഗലം പപ്പുക്കുട്ടിയും 'രാഷ്ട്രീയസാഹിത്യകാര'ന്മാരായിരുന്നു. കെടാമംഗലത്തിന്റെ *കടത്തുവഞ്ചിയെ* കേസരി, വലിയ കോലാഹലമുണ്ടാക്കിയ ഒരവതാരികകൊണ്ട് അനുഗ്രഹിക്കുകയും ചെയ്തു.

കെ പി ജിയും മറ്റും പിന്നീട് പുഷ്കലമായ പുരോഗമനസാഹിത്യത്തിന്റെ മാത്രമല്ല, മലയാളസാഹിത്യത്തിന്റെ തന്നെ ഒരു യുഗപരിവർത്തനത്തിനാണ് വഴിവെട്ടിയത്. സ്വന്തം സർഗ്ഗജീവിത രക്തം 'പാറ്റി'യാണ് ആ വഴി അവർ സഞ്ചാരയോഗ്യമാക്കിയത്. അവരുടെ രചനകളെ കുട്ടികൃഷ്ണമാരാരും സഞ്ജയനും മാത്രമല്ല മുണ്ടശ്ശേരിയെപ്പോലുള്ളവർ കൂടി നിശിതമായി വിമർശിക്കുകയും നിർദ്ദയം പരിഹസിക്കുകയും ചെയ്തു. നാണിയുടെ പേരിലുള്ള ചന്തപ്പാട്ട് എന്നാണ് കെ പി ജിയുടെ ഒരു കവിതയെ (നാണിയുടെ ചിന്ത) കുട്ടികൃഷ്ണമാരാർ നിന്ദിച്ചത്. ഇവരാരും ജിയെപ്പോലെയോ ചങ്ങമ്പുഴയെപ്പോലെയോ ഉള്ള വലിയ കവികളോ തകഴിയെപ്പോലെയും ബഷീറിനെപ്പോലെയും തലയെടുപ്പുള്ള കഥാകൃത്തുക്കളോ ആയിരുന്നില്ല. ഏതു മാനദണ്ഡത്തിന്റെ മുന്നിലും താരതമ്യേന ചെറിയ എഴുത്തുകാർ (Minor Writer's) ആയിരുന്നു. എന്നിട്ടുമെന്തേ പ്രാമാണികരായ ഈ വിമർശകവര്യന്മാർ ഒരുമിച്ചു ചേർന്ന് കെ പി ജിയുടെ കവിതകളെയും ഡി എം പൊറ്റെക്കാടിന്റെ കഥകളെയുമെല്ലാം കടന്നാക്രമിച്ചത്? 'കാവ്യചിത്രനിർമ്മാണത്തിന് സ്പൃഹണീയമായ ഭിത്തികൾ ഭൂതകാലവും പരോക്ഷതയു'മാണെന്ന കുമാരനാശാന്റെ ഒരു നിരീക്ഷണമുണ്ട്. എന്നാൽ, അതിനു പകരം വർത്തമാനകാല ജീവിതത്തിന്റെ

പച്ചയായ പരമാർത്ഥങ്ങൾ ഒട്ടും വളച്ചുകെട്ടാതെ മൂർത്തമായി അവതരിപ്പിക്കുകയാണ് ഈ രാഷ്ട്രീയ സാഹിത്യകാരന്മാർ ചെയ്തത്. ഇത് നിലവിലിരുന്ന അനുശീലനത്തിന്റെ അഭിരുചികളെ ചൊടിപ്പിച്ചെങ്കിൽ അത്ഭുതമില്ല. "അരിശം, പിടിപ്പിക്കാനവനിയിതിൽപ്പച്ച/പ്പരമാർത്ഥത്തെപ്പോലെ മറ്റൊന്നുണ്ടോ" എന്ന് ഇടശ്ശേരി ചോദിച്ചത് ഈ പശ്ചാത്തലത്തിലാവണം. അതുപോലെ അധഃകൃതരായി അവഗണിക്കപ്പെട്ട അദ്ധ്വാനിക്കുന്ന വർഗ്ഗത്തിനെ പ്രതിനിധാനം ചെയ്യുന്ന കഥാപാത്രങ്ങൾക്ക് നായകപദവി നല്കിയത് ഒരു ദുരവസ്ഥയിൽ മാത്രമാണെങ്കിൽ കീഴാളവർഗ്ഗത്തെ സാഹിത്യാഖ്യാനത്തിന്റെ മുന്നരങ്ങളിലേക്ക് ആഘോഷപൂർവ്വം ആനയിച്ചത്, കെ പി ജിയും കൂട്ടരുമായിരുന്നു. ഇതും ഉപരിവർഗ്ഗസൗന്ദര്യബോധത്തിന് സഹനീയവും ദഹനീയവും ആയിരുന്നില്ല. *ദുരവസ്ഥ*യ്ക്ക് പോലും അക്കൂട്ടരുടെ കണ്ണിൽ 'അഞ്ചരയടി'യിലധികം പൊക്കമില്ലായിരുന്നു.

"പാഴ്ച്ചെളിതിങ്ങുമപ്പാടത്തു ഞാൻ കണ്ട
കാഴ്ച കിനാവല്ല മായയല്ല
മന്നിൻ മണാളനാം കർഷകൻ കാലത്തു
കന്നുപൂട്ടീടുന്ന ചിത്രമത്രേ
ദൂരെക്കിഴക്കുപുലരിതൻ ചെങ്കൊടി-
ക്കൂറയുയരുന്നു മെല്ലെ മെല്ലെ
ചേറണിഞ്ഞോരച്ചെറുമനെപ്പോലങ്ങു
കാറുഷഃകാന്തിയിൽ മുങ്ങി നില്പൂ"

കെ പി ജിയുടെ കാവ്യലോകത്തു ഒരു കർഷകൻ ഇങ്ങനെയാണ് പ്രത്യക്ഷപ്പെടുന്നത്. മുൻപൊക്കെ രാജാക്കന്മാർക്കും ചക്രവർത്തിമാർക്കും ചാർത്തിച്ചിരുന്ന 'മന്നിൻമണാള'നെന്ന (ഭൂനാഥൻ) വിശേഷണം കെ പി ജിയുടെ കർഷകന് കസവുപരിവേഷമായിത്തീർന്നിരിക്കുന്നു. കിഴക്കു പുലരിയുടെ ചെങ്കൊടി ഉയരുന്നു. പാടത്ത് ചേറിൽ മുങ്ങിയ ചെറുമനെപ്പോലെ മാനത്ത് കാറ് ഉദയശോഭ മൂടിനില്ക്കുന്നു. ഇത് "നല്പ്പുലർകാലപാടല വാനിൽ ശുഭ്രമേഘപരമ്പരപോലെ", പാടത്ത് കൊയ്ത്തുകാരികൾ നിരക്കുന്ന "കന്നിക്കൊയ്ത്തി"ലെ ദൃശ്യം ഓർമ്മപ്പെടുത്തുന്നുണ്ട്. എന്നാൽ അവിടെ മാനവും ഭൂമിയും അകന്നുനില്ക്കുകയാണ്. അവയ്ക്കിടയിലെ അകലം കുറയുന്നില്ല. മാത്രമല്ല, കാലത്തിന്റെ ക്രൂരതയോടെയാണ്, ചരിത്രത്തിന്റെ സർവ്വചലനങ്ങളും സ്വന്തം കൈപ്പിടിയിലൊതുക്കിയ ചൂഷകനീതിയോടല്ല, അവർ ഏറ്റുമുട്ടുന്നത്. കെ പി ജിയുടെ കവിതയിൽ ചേറിൽ മുങ്ങിയ ചെറുമൻ (ഊഴിയിലെ ചെറിയവൻ) ചെങ്കൊടിപാറുന്ന ഏതോ വിഹായസ്സിലേക്ക് ഉയരുന്നുണ്ട്. ഈ ചെങ്കൊടിയേറ്റം സംഭവിക്കുന്നത് ചരിത്രത്തിന്റെ ചക്രവാളസീമയിലാണ്. മാനവും ഭൂമിയും സംഗമിക്കുന്നു. ചെറുമൻ ചെമ്മാനത്തെത്തുന്നു. കാറ്, ചേറു നിറഞ്ഞ പാടത്തേക്ക് താണുവരുന്നു. സമൂഹഘടനയിലെ മേൽക്കീഴ്ബന്ധങ്ങൾ കവിതയുടെ അകത്തുവച്ച് അട്ടിമറിക്കപ്പെടുന്നു.

ഇത്തരം കീഴ്മേൽ മറിയലുകളുടെ ആദ്യകിരണങ്ങൾ കുമാരനാശാ

നിലും അതിലും കുറഞ്ഞ തോതിൽ വള്ളത്തോളിലും കാണുന്നുണ്ട്. പിന്നീടത് ഇടശ്ശേരിയിലും വൈലോപ്പിള്ളിയിലും ചങ്ങമ്പുഴയിലും വായ്ക്കുകയും വ്യാപിക്കുകയും ചെയ്യുന്നു. ജീവൽസാഹിത്യസംഘം രൂപീകരിക്കുന്നതിന് ഒരു വർഷം മുമ്പാണ് 'പടയാളികൾ' എന്ന കവിതയിൽ, പാലാട്ട്കോമനെപ്പറ്റി പാടുന്നത് നിറുത്തി, പാടത്ത് പണിയെടുക്കുന്നവരുടെ വീരാപദാനങ്ങൾ പാടാൻ വൈലോപ്പിള്ളി പറയുന്നത്. "അങ്കുരിതാഭം കിഴക്കതാ നീളവെ ചെങ്കൊടിക്കൂറ പറന്നിടുന്നു" വെന്ന് തൊള്ളായിരത്തിമുപ്പത്തിയഞ്ചിൽത്തന്നെ ഇടശ്ശേരിയും എഴുതുന്നു. "പൊന്നന്തിച്ചെങ്കൊടിക്കൂറകണ്ടങ്ങനെ/ ഇന്നലത്തെപ്പകൽ നിന്നനേരം' (1937) എന്ന് ചങ്ങമ്പുഴയിലും കാണുന്നു. പറഞ്ഞുവന്നത് *പണിമുടക്കവും വാഴക്കുലയും കുടിയൊഴിക്കലും പുത്തൻകലവും അരിവാളും* പോലുള്ള കവിതകളും തകഴിയുടെയും ദേവിന്റെയും ബഷീറിന്റെയുമെല്ലാം പുരോഗമന സാഹിത്യ കഥാഖ്യാനങ്ങളും പുഷ്പിക്കാനും തെഴുക്കാനും ദോഹദമായി സ്വന്തം കലാജീവിതം ബലി നല്കുകയാണ് കെ പി ജിയും ഡി എം പൊറ്റെക്കാടും കെടാമംഗലവും പൊൻകുന്നം ദാമോദരനും എല്ലാം. ഒരുപക്ഷേ, ബോധപൂർവ്വം തന്നെ ചെയ്തതെന്ന് ഇന്ന് തിരിഞ്ഞു നോക്കുമ്പോൾ തോന്നിപ്പോകുന്നു. 'കർഷക'നെപ്പോലുള്ള കവിതയെഴുതിയ കെ പി ജിക്ക് കടത്തുവഞ്ചിയിലെ രചനകൾ കണ്ട് പ്രോലിറ്റേറിയൻ മഹാകവി എന്ന് കേസരി വിളിച്ച കെടാമംഗലത്തിന്, ഇരുളിന്റെ തലകൊയ്യാൻ പൊന്തിവരുന്ന പൊന്നരിവാളമ്പിളിയെപ്പറ്റി മുക്തകണ്ഠം പാടിയ പൊൻകുന്നം ദാമോദരന്, 'സുഗന്ധരാത്രി' പോലുള്ള കഥകളെഴുതി ഉറൂബിന്റെയും ബഷീറിന്റെയും നിരയിലേക്ക് വേണമെങ്കിൽ കയറി നില്ക്കാൻ തനിക്കാകുമെന്ന് തെളിയിച്ച ഡി എം പൊറ്റെക്കാടിന്, എഴുത്തുവിദ്യയിൽ വിരുതില്ലെന്ന് ആർക്കും പറയാനാവില്ല. എന്നാൽ അവരുടെ ദൗത്യം മറ്റൊന്നായിരുന്നു. മലയാളഭാവനയ്ക്ക് ശോണഭംഗി നല്കാൻ തങ്ങളെത്തന്നെ വിട്ടുകൊടുത്തുകൊണ്ട് കെ പി ജിയും കൂട്ടരും സാഹിത്യവേദിയിൽ സ്വയം രക്തസാക്ഷിത്വം വരിക്കുകയായിരുന്നു.

എഴുത്തിന്റെ പ്രമേയത്തിലും പ്രതിപാദനത്തിലും പുലർന്ന നീക്കുപോക്കില്ലാത്ത നിഷ്ഠകളെയും മുറകളെയും സുധീരം ലംഘിക്കുകയാണ് അവർ ചെയ്തത്. അതിന്റെ പേരിൽ പറഞ്ഞറിയിക്കാനാവാത്ത എതിർപ്പുകളും പീഡനങ്ങളും അവർ ഏറ്റുവാങ്ങി. കലാവിചാരത്തിന്റെ കോടതിയിൽ മാത്രമല്ല, നീതിന്യായക്കോടതിയിലും എഴുത്തുവൃത്തിയുടെ പേരിൽ കെ പി ജിയും ഡി എം പൊറ്റെക്കാടുമെല്ലാം വിസ്തരിക്കപ്പെടുകയും ശിക്ഷിക്കപ്പെടുകയും ചെയ്തു. സർഗ്ഗജീവിതത്തിന്റെ കുരിശിൽക്കിടന്നുള്ള ഇവരുടെ സമരങ്ങളും സഹനങ്ങളും സമകാലികർക്കും പിൻപേ വന്നവർക്കും കൂടുതൽ ഗഹനവും ഗംഭീരവും ഭാവനാപൂർണ്ണവുമായ വിച്ഛേദങ്ങൾക്കു പ്രേരണയും പ്രചോദനവും നല്കി. കെ പി ജിയും മറ്റും 'വന്നപാട് ചന്തം' പോലെ തുറന്നെഴുതിയ കീഴാള ജീവിതത്തിന്റെ പൊള്ളുന്ന പ്രമേയങ്ങളെത്തന്നെ കൂടുതൽ മൂർച്ചയോടെ കാവ്യോചിതമായും കലാ

സുഭഗമായും ഇടശ്ശേരിയും വൈലോപ്പിള്ളിയും തകഴിയും ബഷീറും ആവിഷ്കരിച്ചു. ഒരുകൂട്ടരുടെ രചനാജീവിതവും അതിന്റെ അനുഭവങ്ങളും അവർക്ക് ആഹ്വാനവും താക്കീതുമായി, കലാനിർമ്മാണത്തിൽ സ്വയം നിഷ്കർഷിക്കേണ്ട വിധി നിഷേധങ്ങളായി മാറുകയായിരുന്നു.

ഈ 'രാഷ്ട്രീയസാഹിത്യകാരന്മാർ' എഴുത്തുകാരും വായനക്കാരും തമ്മിലുള്ള ബന്ധത്തിൽ അഴിച്ചുപണി നടത്താൻ ആത്മാർത്ഥമായി ശ്രമിക്കുകയുണ്ടായി. എഴുത്തുകാരൻ ഉയർന്നജാതിയും വായനക്കാരൻ താണ ജാതിയുമെന്ന പരമ്പരാഗത സമീപനം വെടിഞ്ഞ് ഒരു സൗഹൃദത്തിന്റെ സമതലത്തിൽവച്ചാണ് അവർ സന്ധിക്കേണ്ടതെന്ന സങ്കല്പം മുന്നോട്ടുവച്ചു. വായനക്കാരുടെ ജീവിതം നേരിട്ട് ആഖ്യാനം ചെയ്യുക മാത്രമല്ല, പണ്ഡിതവിമർശകരുടെതിനേക്കാൾ സാധാരണ വായനക്കാരുടെ അഭിപ്രായങ്ങളും നിർദ്ദേശങ്ങളും വലിയ കലാതത്ത്വങ്ങൾപോലെ പരിഗണിച്ച് സ്വീകരിച്ചു. ഇങ്ങനെ എഴുത്തിലും വായനയിലും എഴുത്തുകാരും വായനക്കാരും തമ്മിലുള്ള പാരസ്പര്യത്തിലുമെല്ലാം വലിയ ഇളക്കങ്ങളും കലക്കങ്ങളും വന്നുതുടങ്ങിയതിന്റെ പശ്ചാത്തലത്തിലാണ് രൂപഭദ്രതാ വാദം ശക്തിപ്പെടുന്നത്. അതിനെ ഏകപക്ഷീയമായി തള്ളിക്കളയാനാണ് രചനയുടെ രംഗത്ത് കെ പി ജിയെപ്പോലുള്ളവരും വിമർശനമണ്ഡലത്തിൽ ഇ എം എസിനെപ്പോലുള്ളവരും മുതിർന്നത്. “സാഹിത്യത്തിന്റെ രൂപത്തെ സംബന്ധിച്ചല്ല, ഉള്ളടക്കത്തെ സംബന്ധിച്ചാണ് നാമിന്നാലോചിക്കേണ്ടത്. എങ്ങനെ എഴുതണമെന്നല്ല, എന്തിനെപ്പറ്റി, എന്തിനു വേണ്ടി എഴുതണമെന്നാണ് തീരുമാനിക്കേണ്ടത്” എന്ന് ഇ എം എസ് വാദിക്കുന്നു. എക്കാലത്തെയും ബാധകമായ ചില രൂപമാതൃകകൾ ഉണ്ട്. അനശ്വരമായ ചില കലാസിദ്ധാന്തങ്ങൾ ഉണ്ട് എന്ന വാദത്തെ എതിർത്തു തോല്പിക്കുക തന്നെ വേണം. എന്നാൽ രൂപം ഉള്ളടക്കത്തിന്റെ രൂപമാണ് എന്ന് തിരിച്ചറിയാതെ, രൂപകലാചർച്ചകൾ മുഴുവൻ അപ്രസക്തവും അനാവശ്യവുമാണെന്ന നിലപാട് തികച്ചും ഒരതിവാദമായിരുന്നു.

ഉള്ളടക്കത്തെ സംബന്ധിച്ചും ഉപരിപ്ലവമായ ധാരണകളാണ് വച്ചുപുലർത്തിയിരുന്നത്. “സാമൂഹ്യമായ പരസ്പരബന്ധങ്ങളെ സത്യസന്ധതയോടെ വിവരിക്കുക, ഈ സാമൂഹ്യബന്ധങ്ങളെക്കുറിച്ച് ഇന്നുള്ള വ്യാമോഹങ്ങൾ തകർക്കുക, ബൂർഷ്വാസമുദായ ഘടനയെ സംബന്ധിച്ച് ഇന്നുള്ള ശുഭപ്രതീക്ഷകളെയൊക്കെ തട്ടിനിരത്തുക, നിലവിലുള്ള സാമൂഹ്യഘടനയുടെ ഭാവിയെ സംബന്ധിച്ച് വായനക്കാരിൽ സംശയവും അവിശ്വാസവും ഉളവാക്കുക- ഇവയാണ്, മിക്കവാറും ബൂർഷ്വാ വായനക്കാർ മാത്രമുള്ള ഇന്നത്തെ സ്ഥിതിഗതികളിൽ ഒരു സോഷ്യലിസ്റ്റ് നോവൽ ചെയ്യേണ്ടത്. ഇന്നത്തെ സാമൂഹ്യപ്രശ്നങ്ങൾക്ക് വ്യക്തമായ പരിഹാരമാർഗ്ഗം കാണുകയോ ഏതെങ്കിലുമൊരു ചേരിയിൽ പരസ്യമായി ചേരുകയോ ചെയ്യണമെന്നില്ല” എന്ന് 1885 ൽ എംഗൽസ് മിന്നാകൗട്സ്കിക്ക് എഴുതിയ പ്രസിദ്ധമായ കത്ത് ഇ എം എസ് തന്റെ ഒരു പ്രബന്ധത്തിൽ ഉദ്ധരിക്കുന്നുണ്ട്. എന്നാൽ, കഥയിലെ രാഷ്ട്രീയച്ചായ്വുകൾ

അഭികാമ്യമാണെങ്കിലും കഥാകൃത്ത് പ്രത്യക്ഷമായി പക്ഷം പിടിക്കേണ്ട തില്ലെന്നും, "സാമൂഹ്യപ്രശ്നങ്ങൾക്ക് വ്യക്തമായ പരിഹാരമാർഗ്ഗം കാണുകയോ ഏതെങ്കിലും ഒരുചേരിയിൽ പരസ്യമായി ചേരുകയോ" വേണമെന്നില്ലെന്നും ഉള്ള ആശയം കെ പി ജി യെയും ഡി എം പൊറ്റെക്കാടിനെയും പോലുള്ള രാഷ്ട്രീയ സാഹിത്യകാരന്മാരോ, ഇ എം എസിനെയും എം എസ് ദേവദാസിനെയും പോലുള്ള രാഷ്ട്രീയ സാഹിത്യ വിമർശകരോ അന്ന് ഉൾക്കൊള്ളുകയുണ്ടായില്ല. സോവിയറ്റ് യൂണിയനിൽ നിലനിന്ന സോഷ്യലിസ്റ്റ് റിയലിസത്തെക്കുറിച്ചുള്ള യാന്ത്രികസങ്കല്പങ്ങളാണ് അക്കാലത്ത് അവരെ ഭരിച്ചിരുന്നത്. ഡി എം പൊറ്റെക്കാടിന്റെ ഉയരുന്ന മുഷ്ടി പോലുള്ള കഥകൾ ഈ യാന്ത്രിക സമീപനത്തിന്റെ സന്തതികളാണ്. ക്ഷയരോഗബാധിതനായ ഒരു വിപ്ലവകാരി ചുമച്ചും ചോരഛർദ്ദിച്ചും ആസന്നമരണനായി കിടക്കുന്നു. അയാളെ ശുശ്രൂഷിക്കാൻ അടുത്തു നില്ക്കുന്ന അമ്മയുടെ വിചാരങ്ങളിലൂടെയാണ് കഥാരംഭം. "അഗ്നിപർവ്വതം.. അഗ്നിപർവ്വതം" രോഗശയ്യയിൽ തളർന്നുകിടക്കുന്ന മകനെ നോക്കി ആ അമ്മ അഭിമാനം പൂണ്ടു. ആ കുഴിഞ്ഞ കണ്ണുകൾ നനഞ്ഞു മിന്നി; ആ വരണ്ട ചുണ്ടുകൾ വിറച്ചു തുള്ളി– ആവേശം കൊണ്ട്! വിശ്വവിഖ്യാതനായ ആ വിപ്ലവകാരിയെപ്പറ്റി ആ വീരമാതാവ് തന്റെ മകന്റെ മുഖത്തു തന്നെ ദൃഷ്ടിയുറപ്പിച്ച് നിന്നുകൊണ്ട് സ്വപ്നം കാണുകയാണ്. മരണത്തിന്റെ കരിമ്പടം പൊക്കി നീക്കി നിരവധി സംഭവപരമ്പരകൾ ആ കിഴവിയെ എത്തി നോക്കുകയാണ്." ഈ അത്ഭുതസൃഷ്ടിയായ അമ്മയുടെ മകനെ മരണക്കിടക്കയിൽനിന്ന് ബലമായി പട്ടാളക്കാർ പിടിച്ചുകൊണ്ട് പോകുന്നു. "വഴിയിൽക്കിടന്ന് മരിക്കുന്ന ഒരു ഭിക്ഷക്കാരനുള്ള അവകാശം പോലും അവനില്ലേ" എന്ന് അവരോട് ചോദിക്കുന്ന അമ്മയോട് "അർത്ഥഗർഭമായ മന്ദഹാസത്തോടുകൂടി" മകൻ "എന്നെ പറഞ്ഞയ്ക്കൂ അമ്മേ, ഇത് നാം സ്വപ്നം കണ്ട 'സ്വരാജ്യ'മല്ല അതിനുവേണ്ടി നാമിനിയും...' എന്നു പറയുന്നു! ഇങ്ങനെ ചില ആദർശങ്ങൾ ഉരുക്കി വാർത്ത ആൾരൂപങ്ങളാണ് കഥാപാത്രങ്ങൾ! കഥാന്ത്യത്തിൽ ഇതിനെല്ലാം മകുടം വയ്ക്കുന്ന ഒരു രംഗമുണ്ട്. അറസ്റ്റ് ചെയ്ത് കൊണ്ടുപോകുന്ന ആ മനുഷ്യൻ തന്റെ ഏഴു വയസ്സായ മകനോടും യാത്രചോദിക്കുന്നു. 'അച്ഛൻ പോകട്ടെ കേട്ടോ മോനേ!', പക്ഷേ, അവൻ അത് കേട്ടില്ല. മകൻ തന്റെ വലത്തേക്കൈത്തണ്ട് മേൽപ്പോട്ടുയർത്തി കുഞ്ഞു മുഷ്ടി ചുരുട്ടി ഉറക്കെ വിളിച്ചു പറഞ്ഞു. 'കമ്യൂണിസ്റ്റ് പാർട്ടി സിന്ദാബാദ്' "ഒരടി മുഴക്കംപോലെ ആ മുദ്രാവാക്യം മുഴങ്ങിപ്പൊങ്ങി' ഇതുകേട്ട് മന്ദഹാസത്തോടെ അയാൾ പറഞ്ഞു "അച്ഛൻ ജയിച്ചു മോനേ" ഇമ്മട്ടിൽ, എഴുത്തുകാരന്റെ ആശയങ്ങൾ, അഭിപ്രായങ്ങൾ, നിലപാടുകൾ ഇവയുടെയൊക്കെ ചുമടെടുപ്പുകാരായി' കഥാപാത്രങ്ങൾ ആഖ്യാനത്തിനിടയ്ക്ക് വരികയും പോവുകയും ചെയ്യുന്നു. 'കല്പന' എന്നാൽ ആജ്ഞ എന്നും സങ്കല്പം എന്നും അർത്ഥമുണ്ടല്ലോ. ഡി എം പൊറ്റെക്കാടിന്റെ 'ഉയരുന്ന മുഷ്ടി' പോലുള്ള കഥകളിൽ ആദ്യത്തെ അർത്ഥത്തിലുള്ള എഴുത്തുകാരന്റെ കല്പനയ്ക്കനുസരിച്ച്

മാത്രമാണ് ഇതിവൃത്തത്തിനകത്ത് കഥാപാത്രങ്ങൾ സഞ്ചരിക്കുന്നത്. 'അനശ്വരാത്മാവ്' എന്ന കഥയിൽ തന്റെ കലാ സങ്കല്പം എന്തെന്ന് വ്യക്തമാക്കുന്നുണ്ട്." മർദ്ദിതലക്ഷങ്ങളുടെ സമരാഹ്വാനങ്ങളെക്കുറിച്ച് പാടാൻ - അതാ നോക്കൂ; ഒരു പുതിയ ഭാഷയും പുതിയ സാഹിത്യവും പുതിയ ശൈലിയും ഉദയം ചെയ്യുന്നു! അതിന് 'കലാസുഭഗത'യില്ലെന്നോ, 'ടെക്നിക്ക്' ഇല്ലെന്നോ ആരെങ്കിലും ആക്ഷേപിച്ചുകൊള്ളട്ടെ. പക്ഷേ, ഉള്ളത് ഉള്ളതുപോലെതന്നെ ജനങ്ങളുടെ ഭാഷയിൽ ജനങ്ങൾക്കുവേണ്ടി എഴുതും. അധികാരവർഗ്ഗത്തിന്റെ കണ്ണുരുട്ടലിൽ ചുളുങ്ങാതെ, സ്ഥാപിതതാല്പര്യക്കാർക്കുവേണ്ടി കൊമ്പുവിളിക്കൊരുങ്ങാതെ, ഒരു ജീവനുള്ള ജനകീയസാഹിത്യമായി അത് വളരുകയും വികസിക്കുകയും ചെയ്യും." ഈ വരികൾ ഡി എം പൊറ്റെക്കാടിനെപ്പോലുള്ള രാഷ്ട്രീയ സാഹിത്യകാരന്മാരുടെ രചനാരീതിയുടെ സവിശേഷതയും ദൗർബല്യവും വിശദീകരിക്കുന്നുണ്ട്. കലാകൗശലത്തിന്റെ അഭാവമല്ല അവരുടെ പ്രശ്നം. മറിച്ച് എംഗൽസും മറ്റും ചൂണ്ടിക്കാണിച്ച കലാസിദ്ധാന്തത്തിന്റെ മർമ്മം ഗ്രഹിക്കാൻ കഴിയാത്തവിധം യാന്ത്രികവും ഏകപക്ഷീയവും അവികസിതവുമായ രചനാസങ്കല്പങ്ങളുടെ തടവുകാരായിരുന്നു അവർ.

വ്യക്തികൾ എന്ന നിലയ്ക്ക് സ്വന്തം സർഗ്ഗശക്തിയുടെ സാദ്ധ്യതകളിലേക്ക് അവർക്ക് ഉയർന്നുപോകാൻ ആയില്ലെങ്കിലും കെ പി ജിയുടെയും സഖാക്കളുടെയും എഴുത്തു ജീവിതം മലയാളസാഹിത്യത്തെ, വിശാലമായ അർത്ഥത്തിൽ നമ്മുടെ സംസ്കാരത്തെ തന്നെ രാഷ്ട്രീയവല്ക്കരിക്കുന്നതിൽ വിജയിക്കുകയുണ്ടായി. ഇത് തീർച്ചയായും ഒരു ചെറിയ കാര്യമല്ല. എന്നാൽ, ഇവിടെ പരാമർശിക്കപ്പെട്ട കെ പി ജിയും പൊൻകുന്നം ദാമോദരനും കെടാമംഗലം പപ്പുക്കുട്ടിയും ഡി എം പൊറ്റെക്കാടും സാഹിത്യത്തിന്റെ രാഷ്ട്രീയവല്ക്കരണ പ്രക്രിയയെ അതിന്റെ പരിധിക്കപ്പുറം വലിച്ചുനീട്ടുകയും 'സാഹിത്യം' പിൻസീറ്റിലേക്ക് തള്ളപ്പെടുകയും 'രാഷ്ട്രീയം' മുന്നിലേക്ക് തിക്കിത്തിരക്കി കയറിവരികയും ചെയ്തുവെന്ന് നാം കണ്ടു. സാഹിത്യേതരവും സംസ്കാരവിരുദ്ധവുമായ ഒരുതരം പ്രയോജനവാദ (Philistinism)മായി അത് സ്വാഭാവികമായും മാറുകയും ചെയ്തു. എന്നാലിന്ന് തികച്ചും വ്യത്യസ്തവും വിപരീതം പോലുമായ ആശയധൈഷണികലോകത്താണ് നാം എത്തിപ്പെട്ടിട്ടുള്ളത്. രാഷ്ട്രീയവല്ക്കരിക്കപ്പെട്ട സാംസ്കാരിക (Politicised culture) ത്തിനുപകരം സാംസ്കാരിക രാഷ്ട്രീയ (Cultural Politics) ത്തിന്റെ കാലമാണിത്. രാഷ്ട്രീയവും സാമൂഹ്യവും സാമ്പത്തികവും മാനസികവുമായ സകല ജീവിതമണ്ഡലങ്ങളിലേക്കും സംസ്കാരം വ്യാപിച്ചിരിക്കുന്നു. രാഷ്ട്രീയത്തിന്റെ കാഴ്ചവല്ക്കരണ (Spectacularisation)വും ചരക്കുകളുടെ സൗന്ദര്യവല്ക്കരണ (Aestheticisation)വും എല്ലാം ഈ പ്രവണതയുടെ സൂചനകളാണ്. ചില ഇടതുപക്ഷസാംസ്കാരിക ചിന്തകരും സാഹിത്യകലാപ്രസ്ഥാനങ്ങളും കൂടി സാംസ്കാരത്തിനു നല്കിയ അമിതമായ പരിഗണനമൂലം രാഷ്ട്രീയത്തിൽനിന്ന് പൊതുവിലും വിപ്ലവരാഷ്ട്രീയത്തിൽനിന്ന് വിശേഷിച്ചും

സ്വയംവെട്ടി മാറ്റപ്പെടുന്ന സ്ഥിതിയും സംജാതമായിരിക്കുന്നു.

ജീവൽ സഹിത്യസംഘത്തിന്റെ കാലത്തെ അമിതരാഷ്ട്രീയവല്ക്കരണം പോലെ ഉത്തരാധുനികമായ അമിതസംസ്കാരവല്ക്കരണവും അസംബന്ധവും അശാസ്ത്രീയവുമാണ്. വിഭാഗീയവും യാന്ത്രികവുമാണ്. യുദ്ധവും ക്ഷാമവും രോഗവും ദാരിദ്ര്യവും പ്രകൃതിക്ഷോഭങ്ങളും പാരിസ്ഥിതിക ദുരന്തങ്ങളും കേവലം സാംസ്കാരിക വിഷയങ്ങളല്ല. അവയൊന്നും മൂല്യങ്ങളുടെയോ ഭാഷയുടെയോ കലയുടെയോ പാരമ്പര്യത്തിന്റെയോ സ്വത്വത്തിന്റെയോ പ്രശ്നങ്ങളല്ല. അതിനാൽ സംസ്കാരത്തിന്റെ പ്രാധാന്യം തിരിച്ചറിഞ്ഞുകൊണ്ടുതന്നെ അതിന്റെ ശരിയായ ഇടവും സ്ഥാനവും അതിരുകളും എല്ലാം പുനർനിർണ്ണയിക്കാൻ സമയമായിരിക്കുന്നു.

3

സാംസ്കാരിക രാഷ്ട്രീയം ഒരു വിമർശനം

നവോത്ഥാനവും പുനരുദ്ധാനവുമെന്നോ ആധുനികതയും ഉത്തരാധുനികതയുമെന്നോ തൊഴിലാളിവർഗ്ഗ സാർവ്വദേശീയതയും മുതലാളിത്ത ആഗോളവല്ക്കരണവുമെന്നോ പേരിടാവുന്ന വിപരീത പ്രവണതകൾ ഏറ്റുമുട്ടുന്ന ചരിത്ര സന്ദർഭമെന്ന് നമ്മുടെ കാലത്തെ നിർവ്വചിക്കാവുന്നതാണ്. മതം പൊതുമണ്ഡലത്തിൽനിന്ന് സ്വകാര്യ ജീവിതവൃത്തത്തിലേക്ക് പിരിഞ്ഞുപോയതാണ് ആധുനികതയുടെ അടയാളമെന്ന് ടെറി ഈഗിൾടൺ എഴുതുന്നു. എന്നാൽ, ആ പിരിഞ്ഞുപോകൽ- ആധുനികവല്ക്കരണം-അപൂർണ്ണമായി അവശേഷിച്ച ഒരു രാജ്യമാണ് ഇന്ത്യ. ഹിന്ദുത്വ രാഷ്ട്രീയവും നരേന്ദ്രമോദിയുമെല്ലാം ഈ രോഗത്തിന്റെ ലക്ഷണങ്ങളാകുന്നു. യൂറോപ്പിൽത്തന്നെ ആധുനികവല്ക്കരണം ഇനിയും പൂർത്തിയാകാത്ത പദ്ധതി (Modernity an incomplete project)യാണെന്ന് ഹെയ്ബർമാസ് ചൂണ്ടിക്കാട്ടുന്നു. ഏതായാലും പതിനേഴാം നൂറ്റാണ്ടിന്റെ മദ്ധ്യത്തിൽ മൊട്ടിട്ട ജ്ഞാനോദയത്തിന്റെ ദൂതുമായാണ് കൊളോണിയലിസം ഇന്ത്യയിലെത്തിയത് എന്ന് 'മിത്ത്' ഇവിടെ പരിഷ്കരണവാദികളും യാഥാസ്ഥിതികരും ഒരുപോലെ വിശ്വസിച്ചു. രാജാറാമിനെപ്പോലുള്ള നവോത്ഥാന ചിന്തകർ ഇംഗ്ലണ്ട് ഇന്ത്യയിൽ തുടങ്ങിവെച്ച "നിർമ്മാണാത്മകമായ ദൗത്യം" നിർവിഘ്നം മുന്നോട്ടു കൊണ്ടുപോകാൻ കോളനിവാഴ്ചയെ പിന്തുണച്ചപ്പോൾ ബ്രിട്ടീഷുകാരുടെ നേതൃത്വത്തിലുള്ള പരിഷ്കരണ ശ്രമങ്ങളിൽനിന്ന് ഇന്ത്യയെ പരിരക്ഷിക്കാനാണ് മഹാത്മാഗാന്ധി സ്വാതന്ത്ര്യസമരത്തിന് നേതൃത്വം കൊടുത്തത്. അതുകൊണ്ടുതന്നെ നമ്മുടെ ദേശീയപ്രസ്ഥാനത്തിന്റെ മുഖ്യധാരയുടെ ഉള്ളടക്കം ഏറക്കുറെ പുനരുത്ഥാനപരമായിരുന്നു. കോളനിവാഴ്ചയിലൂടെയല്ല അതിനെതിരെയുയരുന്ന സ്വാതന്ത്ര്യസമരത്തിലൂടെയാണ് ഇന്ത്യയുടെ ആധുനികവ

ല്ക്കരണം സംഭവിക്കേണ്ടിയിരുന്നത്. എന്നാൽ ചരിത്രം നല്കിയ ആ സുവർണ്ണാവസരം നാം പാഴാക്കുകയായിരുന്നു.

ഈ പശ്ചാത്തലത്തിൽ പരിശോധിക്കുമ്പോൾ 1924 ൽ കോൺഗ്രസ് നയിച്ച വൈക്കം സത്യഗ്രഹം ഗാന്ധിയൻ പരിമിതികളിൽ നിന്നുള്ള കേരളത്തിലെ സ്വാതന്ത്ര്യപ്രസ്ഥാനത്തിന്റെ ഗംഭീരമായ വിച്ഛേദമായിരുന്നു. അതോടെ നവോത്ഥാനവും ദേശീയപ്രസ്ഥാനവും ഇന്ത്യയിൽ മറ്റെവിടെയും സംഭവിക്കാത്തവിധം ഇവിടെ സമന്വയിക്കപ്പെടുന്നു. ജാതിപ്രശ്നം കേവലം സാമൂഹ്യബന്ധങ്ങളുടെ തലത്തിൽ മാത്രമല്ല, അത് ജന്മി-കുടിയാൻ ബന്ധങ്ങളിൽ പ്രകടമാകുന്ന യഥാർത്ഥ വൈരുദ്ധ്യ (Real Contradictions)ത്തിലാണ് നങ്കൂരമിട്ടിട്ടുള്ളതെന്ന് തിരിച്ചറിഞ്ഞ് രാജ്യത്താദ്യമായി ജാതിവിരുദ്ധ പ്രസ്ഥാനം ജാതി-ജന്മിനാടുവാഴി വിരുദ്ധ ദേശീയ പ്രസ്ഥാനമായി വികസിപ്പിക്കാൻ തുടർന്ന് കമ്യൂണിസ്റ്റുകാർ സൈദ്ധാന്തികമായും പ്രായോഗികമായും മുൻകൈയെടുത്തു. ഇതിനെല്ലാം അനുകൂലമായി മലയാളിയുടെ മനസ്സ് പ്രതിസ്പന്ദിക്കുംവിധം നമ്മുടെ ജനതയുടെ ഹൃദയത്തിലും ബുദ്ധിയിലും ചലനങ്ങൾ സൃഷ്ടിച്ച പുരോഗമന സാഹിത്യ കലാപ്രവർത്തനങ്ങളും സമാന്തരമായി നടക്കുകയുണ്ടായി.

കേരളം കടന്നുപോന്ന വഴികളിലേക്കുള്ള ഈ തിരിഞ്ഞുനോട്ടം നാമിപ്പോൾ എത്തിനില്ക്കുന്നത് എവിടെയാണെന്നു നിർണ്ണയിക്കാനും ഇനി സഞ്ചരിക്കേണ്ട ദിശയേതെന്നറിയാനും അത്യാവശ്യമാണ്. പഴയ കൊളോണിയലിസം പുതിയ ആഗോളവല്ക്കരണമായി ലോകത്തിന്റെ ഭരണം കൈയേറ്റിരിക്കുന്നു. ആഗോളവല്ക്കരണം അമേരിക്കൻ സാമ്രാജ്യത്വത്തിന്റെ ദിഗ്വിജയമല്ലാതെ മറ്റൊന്നുമല്ലെന്ന് ജയിംസ് പെട്രാസ് (Globalisation unmasked) എഴുതിയിട്ടുണ്ട്. എന്നാൽ ആ സത്യം മൂടിവെച്ച്, പ്രബുദ്ധതയുടെ (enlightenment) കാവല്ക്കാരാണ് തങ്ങളെന്നും ശാസ്ത്രം നിർമ്മിച്ചുയർത്തിയ പുതിയ റോമിനെ ഉപരോധിക്കുന്ന പ്രാകൃത ശക്തികളെ പ്രതിരോധിക്കുകയാണ് തങ്ങൾ സ്വയം ഏറ്റെടുത്ത മഹാദൗത്യമെന്നും സാമ്രാജ്യത്വം പ്രചരിപ്പിക്കുന്നു. ആധുനികതയെയോ പ്രബുദ്ധതയെയോ അല്ല ആഗോളവല്ക്കരണം പ്രതിനിധീകരിക്കുന്നത്. അത് ഉത്തരാധുനികതയുടെ വിചാരപദ്ധതികളെയാണ് വിതച്ചു വിളയിപ്പിക്കുന്നത്. ജീവിതത്തിന്റെ കേന്ദ്രത്തിൽ രാഷ്ട്രീയമല്ല സംസ്കാരമാണ് എന്ന വിശ്വാസം ഉത്തരാധുനികതയുടെ മുഖലക്ഷണമാണെന്ന് ടെറി ഈഗിൾടൺ അഭിപ്രായപ്പെടുന്നു. മതവും രാഷ്ട്രീയവും പരസ്പരം തീപ്പിടിപ്പിക്കുന്നിടത്ത് മതം സംസ്കാരത്തിന്റെ പര്യായമായിത്തീരുന്നു എന്ന് ഐജാസ് അഹമ്മദ് ചൂണ്ടിക്കാട്ടുന്നു. ഇങ്ങനെ രാഷ്ട്രീയം സംസ്കാരമാവുകയും സംസ്കാരം മതമാവുകയും ആഗോളവല്ക്കരണത്തിനും അമേരിക്കൻ മേല്ക്കോയ്മക്കുമെതിരെയുള്ള സമരങ്ങൾ സംസ്കാരങ്ങൾ തമ്മിലുള്ള സംഘർഷങ്ങൾ (Clash of civilizations) ആയി വഴിതിരിച്ചുവിടാൻ അധിനിവേശശക്തികൾക്ക് സാധിക്കുകയും ചെയ്യുന്നു. ആഗോളവല്ക്കരണവും ആധുനികവല്ക്കരണവും ഒരേ പ്രതിഭാസത്തിന്റെ ഇരട്ടമുഖ

(Janus Faced)മാണെന്ന് ധരിച്ച് ആഗോളവല്ക്കരണത്തെ എതിർക്കുകയാണെന്ന നാട്യത്തിൽ ആധുനികതയെയും നവോത്ഥാനമൂല്യങ്ങളെയും ഇസ്ലാമിസ്റ്റുകളെയും ഹിന്ദുത്വവാദികളെയും പോലുള്ളവർ ആക്രമിക്കുന്നു. ആധുനികതയെ സ്വീകരിക്കുകയാണെന്ന് വിചാരിച്ചും വിശ്വസിച്ചും സ്വയം ന്യായീകരിച്ചും ആഗോളവല്ക്കരണത്തെ മറ്റു ചിലർ സ്വാഗതം ചെയ്യുന്നു. ഈ രണ്ടു പ്രവണതകളെയും തുറന്നുകാട്ടുകയും എതിർത്തു തോല്പിക്കുകയും ചെയ്തുകൊണ്ടല്ലാതെ ദേശീയതലത്തിലും സാർവ്വദേശീയ തലത്തിലും ആഗോളവല്ക്കരണത്തിന് ബദലുകൾ ഉയർത്തിക്കൊണ്ടുവരാനാവുകയില്ല.

നവോത്ഥാന വിരുദ്ധതയും നവലിബറലിസവും എന്ന പുത്തൻ അധിനിവേശത്തിന്റെ ഈ ഇരട്ടക്കുട്ടികൾ മലയാളിയുടെ വിചാരലോകങ്ങളെയും കേരളീയ ജീവിതത്തെയും വൻതോതിൽ സ്വാധീനിച്ചു കഴിഞ്ഞിരിക്കുന്നു. ഉത്തരാധുനികതയുടെയും സ്വത്വരാഷ്ട്രീയത്തിന്റെയും നാട്ടുവേഷങ്ങളായ ജാതീയതയും വർഗ്ഗീയതയും ഇളകിയാടിക്കൊണ്ടിരിക്കുന്നു. സ്വത്വം സംരക്ഷിക്കാനുള്ള വ്യഗ്രത സ്വാഭാവികവും അനിവാര്യവും അഭികാമ്യവുമാണ്. എന്നാൽ മതം, വംശം, ലിംഗം, ദേശം, ഭാഷ, വർഗ്ഗം, ഇത്യാദിയായ വിവിധ സ്വത്വങ്ങളുടെ ഒരു സംയുക്തമാണ് മനുഷ്യൻ. അതിലേതെങ്കിലും ഒന്നിലേക്ക് സൗകര്യം പോലെ മനുഷ്യനെ വെട്ടിച്ചുരുക്കുകയാണ് സ്വത്വവാദം ചെയ്യുന്നത്. സ്വത്വപരമായ വ്യത്യാസങ്ങൾ മർത്ത്യസഹജമായ വൈവിദ്ധ്യങ്ങളാണ്. എന്നാലവയെ പരസ്പരം ഏറ്റുമുട്ടുന്ന വൈരുദ്ധ്യങ്ങളായി സ്വത്വവാദികൾ വ്യാഖ്യാനിക്കുന്നു. ഇത് ജനങ്ങളും ജനശത്രുക്കളുമായുള്ള സംഘർഷങ്ങളെ ജനങ്ങൾ പരസ്പരം നടത്തുന്ന കലഹങ്ങളും കലാപങ്ങളുമാക്കി മാറ്റുന്നു.

ഇടതുപക്ഷ വിരോധം മുഖമുദ്രയായ ചില മലയാളി 'ബുദ്ധിജീവികൾ' മുഖ്യധാരാ മാധ്യമങ്ങളുടെ പിന്തുണയോടെ, "ആഗോളവല്ക്കരണം ദോഷഫലങ്ങൾ മാത്രം ഉളവാക്കുന്ന ഒന്നല്ല." എന്ന "വാസ്തവം" ഘോഷിക്കുന്നു. "കേരളം അതിന്റെ ചരിത്രത്തിലെ ഏറ്റവും സമ്പന്നമായ കാലഘട്ടത്തിലൂടെയാണ് ഇന്ന് കടന്നുപോകുന്നത്. എന്നും "ആഗോളവല്ക്കരണമാണ് ഈ സമ്പന്നത കൊണ്ടുവന്നത് എന്ന് സമ്മതിക്കാതെ തരമില്ല" എന്നും എഴുതിവിടുന്നു (സി ആർ പരമേശ്വരൻ, *മാതൃഭൂമി* ആഴ്ച പതിപ്പ് 2013 സെപ്തംബർ 29) പ്രവാസി മലയാളികളയക്കുന്ന പണമാണ് അപൂർവ്വമായ ഈ ഐശ്വര്യത്തിന് അടിസ്ഥാനമെന്നും അവർക്ക് അഭിപ്രായമുണ്ട്. എന്നാൽ വൈദേശികമായ സാമ്പത്തിക സ്രോതസ്സുകൾ കേരളീയ ജീവിതത്തിന്റെ ഏറ്റിറക്കങ്ങൾക്ക് കാരണമാവുന്നത് ഇതാദ്യമല്ല. ഒന്നാംലോകയുദ്ധാനന്തരം കേരോല്പന്നങ്ങൾക്ക് യൂറോപ്യൻ കമ്പോളം തുറന്നുകിട്ടിയപ്പോൾ ഉണ്ടായ സാമ്പത്തികാഭിവൃദ്ധി നമ്മുടെ ഗ്രാമജീവിതത്തിൽ പ്രകടമായിരുന്നു. തുടർന്ന് മുപ്പതുകളിൽ 'വൻമാന്ദ്യ'ത്തിന്റെ കാലത്ത് അതിനു വലിയ തിരിച്ചടിയും നേരിട്ടു. അത് കേരളത്തിന്റെ സമ്പദ് വ്യവസ്ഥയെയും മലയാളിയുടെ കുടുംബബന്ധങ്ങളെയും വൈകാരിക

ജീവിതത്തെയുമെല്ലാം പിടിച്ചുലയ്ക്കുകയുണ്ടായി. രണ്ടാം ലോകയുദ്ധം തീർന്നപ്പോൾ നാളികേര വില വീണ്ടും കുതിച്ചുയർന്നു. ഭക്ഷ്യക്ഷാമം പടർന്നുപിടിച്ചു. നെല്ലിനും തീവിലയായി. ഈ സാഹചര്യം മലയാളിക്ക് മണ്ണിനോടുള്ള പ്രിയം വർദ്ധിപ്പിച്ചു. ആളുകൾ 'ഉള്ള മണ്ണിൽ ഉറച്ചു നില്ക്കാൻ' തുടങ്ങി. 'കൃഷിഭൂമി കൃഷിക്കാരന്' എന്ന മുദ്രാവാക്യം ഉയർന്നു. കർഷകസമരങ്ങളുടെ ഒരു ചുവന്ന അദ്ധ്യായം ആ കാലം നമ്മുടെ ചരിത്രത്തിൽ എഴുതിച്ചേർത്തു. ഇങ്ങനെ വിദേശവ്യാപാരത്തിലും വരുമാനത്തിലുമുള്ള വൃദ്ധിക്ഷയങ്ങൾ ഉല്പാദനം വർദ്ധിപ്പിച്ചും വർഗ്ഗ സമരങ്ങളെ മൂർച്ഛിപ്പിച്ചും കേരളീയ ജീവിതത്തെ മുന്നോട്ടുകൊണ്ടുപോയി. എന്നാലിന്ന് പ്രവാസികളുടെ പണം നാട്ടിലെ ഉല്പാദന വൃത്തികളെയല്ല നാട്ടുകാരുടെ ഉപഭോഗതൃഷ്ണകളെയാണ് പുഷ്ടിപ്പെടുത്തുന്നത്. അത് കേരളത്തിന്റെ മണ്ണിന്റെയും മലയാളിയുടെ മനസ്സിന്റെയും സർഗ്ഗാത്മക തയെ മാരകമായി ബാധിച്ചിരിക്കുന്നു. പഴയപോലെ വർഗ്ഗസമരങ്ങൾക്കല്ല വർഗ്ഗീയ ജാതീയ ധ്രുവീകരണങ്ങൾക്കാണ് അത് വിത്തുപാവുന്നത്. പറ ഞ്ഞുവന്നത് പ്രവാസികൾ കഷ്ടപ്പെട്ട് നാട്ടിലേക്കയക്കുന്ന പണം നമ്മുടെ ഈതിബാധകൾക്കെല്ലാം കാരണമായി എന്നല്ല. ഇത്തരമൊരു വിപര്യയ ത്തിന് ദശകങ്ങൾക്കു മുമ്പുതന്നെ വഴി തുറന്നു കഴിഞ്ഞിരുന്നു. ഇരുപതാം നൂറ്റാണ്ടിന്റെ കേരള ചരിത്രത്തിൽ ഒരാരോഹണവും അവരോഹണവും സംഭവിച്ചിട്ടുണ്ട്. പരാമൃഷ്ടമായ വൈക്കം സത്യഗ്രഹം (1924) ആരോഹ ണത്തിന്റെ ആരംഭബിന്ദുവാണെങ്കിൽ 'വിമോചന സമരം' (1959) അവ രോഹണത്തിന്റെ തുടക്കമായിരുന്നു. അമേരിക്കൻ സാമ്രാജ്യത്വം സ്വത ന്ത്രഭാരതത്തിൽ നടത്തിയ ആദ്യത്തെ ഇടപെടലാണ്. 'വിമോചനസമരം'. കമ്യൂണിസത്തെ തകർക്കാൻ ആദ്യം നശിപ്പിക്കേണ്ടത് ജനാധിപത്യ ത്തെയും മതേതരത്വത്തെയുമാണെന്ന് കേരളത്തിലെ വലതുപക്ഷ ശക്തി കൾക്ക് ഓതിക്കൊടുത്തത് 'C I A'യുടെ ബുദ്ധികേന്ദ്രങ്ങളായിരുന്നു. കഴിഞ്ഞ അമ്പതുകൊല്ലം കൊണ്ട് കേരളീയ ജീവിതത്തിന്റെ സമസ്തരം ഗങ്ങളിലേക്കും വേണ്ടത്ര ആരുടെയും കണ്ണിൽപ്പെടാതെ നിശ്ശബ്ദം ഇഴ ഞ്ഞെത്തിയ ഒരു പ്രതിവിപ്ലവത്തിന്റെ പൂർവ്വരംഗമായിരുന്നു വിമോചന സമരം. എലിയെ കൊല്ലാൻ ഇല്ലം ചുടുംപോലെ കമ്യൂണിസത്തെ കൈകാര്യം ചെയ്യാൻ കേരളത്തിന്റെ നവോത്ഥാനവും പുരോഗതിയും അട്ടി മറിക്കുന്നതിനാണ് അറിഞ്ഞോ അറിയാതെയോ വലതുപക്ഷം ഒരു 'കോടാ ലിക്കൈ' ആയത്.

കേരളത്തിന്റെ മണ്ണിലൂടെയും മലയാളിയുടെ മനസ്സിലൂടെയുമാണ് ഇടതുപക്ഷരാഷ്ട്രീയം കടന്നുവന്നത്. മണ്ണും അതിൽ മടയ്ക്കുന്ന കൃഷി ക്കാരനും തമ്മിൽ, അദ്ധ്യാപകനും വിദ്യാർത്ഥിയും തമ്മിൽ, കലാസാ ഹിത്യ സൃഷ്ടികളും അവയുടെ അനുവാചകരും തമ്മിൽ എല്ലാമുള്ള ബന്ധ ങ്ങളിൽ സർഗ്ഗാത്മകമായും വിപ്ലവകരമായും ഇടപെട്ടതുകൊണ്ടാണ്, പിറ ന്നിട്ട് ഇരുദശകം പിന്നിടുമ്പോഴേക്കും നാല്പതു ശതമാനത്തിലധികം മലയാളിയുടെ പിന്തുണ നേടി ഭരണത്തിലെത്താൻ കമ്യൂണിസ്റ്റുകാർക്ക്

സാധിച്ചത്. കമ്യൂണിസം വന്ന ഈ വഴികളെല്ലാം ഏറക്കുറെ ഇന്ന് സഞ്ചാരയോഗ്യമല്ലാതാക്കി കഴിഞ്ഞിരിക്കുന്നു. നമ്മുടെ കൃഷി തകർന്നു. പൊതുവിദ്യാഭ്യാസം മരണശയ്യയിലായി. കല, കമ്പോളത്തിന്റെ ധൃതരാഷ്ട്രാലിംഗനത്തിൽ അമർന്നുകഴിഞ്ഞു. സാഹിത്യം ആർക്കും വേണ്ടാത്ത ഒരനാഥജന്മമായി അലയുന്നു. ആഗോളവല്ക്കരണം ഈ പ്രതിലോമപരിണാമത്തിന് ഗതിവേഗം നല്കുകയായിരുന്നു. ഭൂപരിഷ്കരണത്തെ തുടർന്ന് കൃഷി വ്യവസായവല്ക്കരിക്കുകയോ കാർഷിക വ്യവസായങ്ങൾ വളർന്നുവരികയോ ചെയ്തില്ല. വിദേശമലയാളികളുടെ പണം വിന്യസിക്കേണ്ടത് ഇവിടെയെല്ലാമായിരുന്നു. എന്നാൽ സംഭവിച്ചത് ഭൂമിയുടെ ചരക്കുവല്ക്കരണമാണ്. വീണ്ടും വീണ്ടും വിലപേശി വില്ക്കപ്പെടുന്ന മണ്ണ് നിരന്തരം മാനഭംഗം ചെയ്യപ്പെടുന്നു. എല്ലാവർക്കും ഭൂമിയും വിദ്യാഭ്യാസവും ആരോഗ്യവും എന്ന സ്വപ്നചക്രവാളത്തിലേക്ക് എത്താൻ കേരളം നീണ്ട ചില ചുവടുകൾ വെച്ചുതുടങ്ങിയതാണ്. ആ യാത്ര എന്നാൽ ഇനി ദുഷ്കരവും മാർഗ്ഗം ദുർഗ്ഗമവും ആയിരിക്കുന്നു. ഭൂമിയെപ്പോലെ വിദ്യാഭ്യാസവും രോഗചികിത്സയും വൻവ്യാപാരമായി മാറി. എല്ലാറ്റിനും വില കൂടി. ചെലവേറി. ഭൂവില വീർപ്പിനെത്തുടർന്ന് കൈയിൽക്കിട്ടിയ തുണ്ടുഭൂമി വിറ്റ് ചെലവേറിയ വിദ്യാഭ്യാസത്തിനും ചികിത്സയ്ക്കും വിവാഹത്തിനുമൊക്കെയായി മലയാളി പണമുണ്ടാക്കി. എന്നാൽ അതോടെ ഭൂരഹിതരായവർക്ക് പിന്നീട് പഠനവും ചികിത്സയും അപ്രാപ്യമായി ചുരുക്കത്തിൽ രക്തസ്നാതമായ സമരങ്ങളിലൂടെ നമ്മുടെ ജനത കൈവരിച്ച സാമ്പത്തിക സന്തുലനം സമ്പൂർണ്ണമായും തകർന്നുപോയി. ഈ സാമ്പത്തിക യാഥാർത്ഥ്യത്തെ മറച്ചുപിടിക്കാനും സാംസ്കാരികവല്ക്കരിക്കാനുമാണ് (Culturalisation of economic reality) "സാമുദായിക സന്തുലനം തകർന്നു" എന്ന് ചിലർ മുറവിളി കൂട്ടുന്നത്. അപ്പോൾ കേരളത്തിൽ ശക്തിപ്പെടുന്ന സാമുദായിക ജാതീയ വാദങ്ങൾ വേരിറക്കിയിട്ടുള്ളത് ഇന്നിവിടെ രൂപംകൊണ്ട 'യഥാർത്ഥ വൈരുദ്ധ്യങ്ങ'ളിൽ തന്നെയാണെന്ന് നാം തിരിച്ചറിയേണ്ടതുണ്ട്. ഒരു വ്യവസായാനന്തര സമൂഹമാണ് ഉത്തരാധുനികതയുടെ പശ്ചാത്തലമെങ്കിൽ അത്തരമൊരു ഭൗതികജീവിത പരിസരമാണ് ഇവിടെയും തുടം വെച്ചു വന്നിരിക്കുന്നത് എന്ന് കണ്ണുള്ളവർക്ക് മുഴുവൻ കാണാൻ കഴിയും.

മദ്ധ്യവർഗ്ഗത്തിന് മഹാഭൂരിപക്ഷമുള്ള സംസ്ഥാനമാണ് കേരളം. മദ്ധ്യവർഗ്ഗമാവട്ടെ അധികാരവുമായി സ്വയം വിളക്കിച്ചേർക്കാൻ അത്യുത്സാഹം സഹജമായുള്ള വിഭാഗമാണ്. എന്നാൽ, കേരളീയ സമൂഹത്തിന്റെ ഈ മദ്ധ്യവർഗ്ഗവല്ക്കരണത്തിന് ഇടതുപക്ഷ രാഷ്ട്രീയവുമായി ഇഴപിരിയാത്ത ബന്ധമുണ്ട്. ഭൂപരിഷ്കരണവും പൊതുവിദ്യാഭ്യാസത്തിന്റെ വ്യാപനവും മെച്ചപ്പെട്ട കൂലിവ്യവസ്ഥയും വേതനഘടനയും എല്ലാം തന്നെയാണതിന്റെ അടിത്തറ. അതിന്റെമേലാണ് പ്രവാസി മലയാളികളുടെ വരുമാനം ഒഴുകിയെത്തിയത്. ആഗോളവല്ക്കരണം മദ്ധ്യവർഗ്ഗശീലങ്ങൾക്ക് തളിർക്കാൻ പറ്റിയ കാലാവസ്ഥയാണ്. പണവും പ്രശസ്തിയും സാമൂഹ്യപദവിയു

മെല്ലാം എങ്ങനെ എളുപ്പം കൈവരും എന്നതാണ് മദ്ധ്യവർഗ്ഗത്തിന്റെ ഉൽക്കണ്ഠ. അതിനെല്ലാമുള്ള കുറുക്കുവഴികൾ എവിടെയും തുറന്നുവെക്കുകയാണ് ആഗോളവല്ക്കരണം ചെയ്യുന്നത്. ലാഭം കിട്ടുമെങ്കിൽ എന്തും അനുവദനീയമാണെന്ന് വന്നു 'എത്ര കിട്ടി?' എന്നല്ലാതെ 'എങ്ങനെ കിട്ടി?' എന്ന് ആരും അന്വേഷിക്കുന്നില്ല ഇത് അഴിമതിയെയും മാഫിയവല്ക്കരണത്തെയും അധോലോകസംഘങ്ങളെയും പ്രോത്സാഹിപ്പിക്കും. കേരളത്തിലെ ഈ മദ്ധ്യവർഗ്ഗ സമൂഹം ഒരു മാധ്യമ സമൂഹം കൂടിയാണ്. ജനാധിപത്യത്തിന്റെ പ്രാണവായുവാണ് പൊതുജനാഭിപ്രായം. സാധാരണ ജനങ്ങളുടെ രാഷ്ട്രീയ പ്രബുദ്ധതയ്ക്ക് പേർപെറ്റ നാടാണ് കേരളം. എന്നാൽ ഈ രാഷ്ട്രീയ പ്രബുദ്ധത അധികാരസേവ ചെയ്യുന്ന ഒരു അരാഷ്ട്രീയതയായി മാറിക്കൊണ്ടിരിക്കുന്നു. മാധ്യമങ്ങൾ ഒരുതരം അത്യുപഭോഗശീലം ഊട്ടിവളർത്തുകയാണ്. എളുപ്പമാർഗ്ഗത്തിൽ ലഭിക്കുന്ന ധനവും ഉദാരമായ വായ്പാവ്യവസ്ഥയും സ്വത്ത്‌വില വീർപ്പും (Asset-Price bubble) ഉപഭോഗശീലത്തെ പിന്നെയും ഉത്തേജിപ്പിക്കുന്നു. ഉപഭോക്തൃ സംസ്കാരം ഏറെ സ്ത്രീവിരുദ്ധമാണ്. കമ്പോള മൂലധനം സ്വന്തം താല്പര്യങ്ങൾക്കനുസരിച്ച് സമൂഹത്തിൽ ലീനമായ സ്ത്രീവിരുദ്ധതയെയും പുരുഷാധിപത്യത്തെയും 'റീഷെയ്പ്' ചെയ്തിരിക്കുന്നു.

മദ്ധ്യവർഗ്ഗവല്ക്കരണം കേരളീയരെ ജനാധിപത്യപരമായി ഏകീകരിക്കുകയല്ല സാമുദായികമായി ശിഥിലീകരിക്കുകയാണ് ചെയ്തത്. ഈ സാമുദായികതയ്ക്ക് വിദ്യാഭ്യാസം, ആരോഗ്യം, റിയൽ എസ്റ്റേറ്റ്, ടൂറിസം തുടങ്ങിയ പുത്തൻ സേവന-സംസ്കാര വ്യവസായങ്ങളിൽ വിന്യസ്തമായ മൂലധന ശക്തികൾ നടത്തുന്ന കടുത്ത ചൂഷണത്തെ മറച്ചു പിടിക്കാനും ന്യായീകരിക്കാനും അതിനെതിരായി നാമ്പെടുക്കാൻ ഇടയുള്ള ചൂഷിതരുടെ സമരങ്ങളെ ശിഥിലീകരിക്കാനും കഴിവുണ്ട്.

ആഗോളവല്ക്കരണം മുതലാളിത്ത ആഗോളവല്ക്കരണമാണെന്നും അത് അമേരിക്കൻ അധിനിവേശമാണെന്നും തിരിച്ചറിയാത്ത ചികിത്സാവിധികൾ ഗുണത്തേക്കാൾ ദോഷം ചെയ്യും. 'Capitalism' എന്നെഴുതിയത് എന്തിനാണെന്നും പകരം പര്യാപ്തമായ 'Economy' മതിയല്ലോ എന്നും ഒരു എഡിറ്റർ ലേഖകന് നിർദ്ദേശം നല്കിയതിനെപ്പറ്റി സ്ലാവോജ് സിസെക് (Slavoj Zizek) ഒരു പ്രബന്ധത്തിൽ പറയുന്നുണ്ട്. മുതലാളിത്തം നമ്മുടെ രാഷ്ട്രീയഭാഷയിൽ നിന്നുതന്നെ മാഞ്ഞുപോവുകയാണ്. മുതലാളിത്തത്തെ എതിർക്കാതെ അതിന്റെ ചില പ്രവണതകളെ എതിർക്കുന്ന രോഗലക്ഷണത്തിന് ചികിത്സിക്കുന്ന 'ഭിഷഗ്വര'ന്മാർ വർദ്ധിച്ചു വരികയാണ്. സ്ത്രീയുടെയും ദളിതന്റെയും ആദിവാസിയുടെയും ന്യൂനപക്ഷങ്ങളുടെയും പ്രശ്നങ്ങൾ, പാരിസ്ഥിതിക പ്രത്യാഘാതങ്ങൾ തുടങ്ങിയവയൊക്കെ വിസ്തരിക്കുമ്പോൾ തന്നെ ഈ പ്രശ്നങ്ങൾക്ക് ആധിപത്യത്തിന്റെ വിവിധ രൂപങ്ങളുമായി, ചൂഷണത്തിന്റെ ഘടനകളുമായി ബന്ധമുണ്ടെന്ന് പലരും കാണുന്നില്ല. ആഗോളമൂലധനത്തിന്റെ ലാഭക്കൊതിയുടെയും ദുരയുടെയും ഫലമാണ് വിഭവശോഷണവും മാലിന്യ

മലകളും കാലാവസ്ഥാ വ്യതിയാനവുമെന്ന് ചൂണ്ടിക്കാട്ടുന്നില്ല. ആഗോള വല്ക്കരണത്തിന് ഗുണവും ദോഷവുമുണ്ടെന്ന് ചിലർ ഉപന്യസിക്കുന്നു. എങ്കിൽ അതിന്റെ ഗുണഭോക്താക്കളായ ചെറുന്യൂനപക്ഷം വരുന്ന അന്തർജനങ്ങ (included)ളും ദോഷഭോക്താക്കളാകാൻ ശപിക്കപ്പെട്ട 'ബഹിർജന' (excluded)ങ്ങളുമായി ലോകം പിളർന്നിരിക്കുന്നു. മനുഷ്യ സംസ്കാരത്തിലും പ്രകൃതിയിലും സർവ്വസ്വ (Commons) ങ്ങളായി കരുതേണ്ട പലതും നവമുതലാളിത്തം വളഞ്ഞ് പിടിച്ചിരിക്കുന്നു. ഭാഷാ, വിനിമയോപാധികൾ, വിദ്യാഭ്യാസം ഇവയെല്ലാം സ്വകാര്യവല്ക്കരിക്കപ്പെടുന്നു. കൊടുക്കുംതോറും ഏറുന്നതാണ് വിദ്യാധനം എന്നാൽ ബൗദ്ധിക സ്വത്ത് (Intelectual property) സ്വകാര്യസ്വത്ത് (Private property) ആവുന്ന വിപര്യയത്തിലൂടെ ജ്ഞാനാധിഷ്ഠിത സമൂഹ (Knowledge society)ത്തിന്റെ വളർച്ച തടയപ്പെടുന്നു. പ്രകൃതിയിലെ വെള്ളവും എണ്ണയും വായുവും വരെ കോർപ്പറേറ്റുകൾ കൈയടക്കിക്കഴിഞ്ഞു. മനുഷ്യന്റെ ആന്തരിക പ്രകൃതിയിലെ 'സർവ്വസ്വ'ങ്ങളായ 'ജൈവജനിതക' ഘടനയെവരെ മാറ്റിമറിച്ച് പുതിയ ഒരുമനുഷ്യജനുസ്സിനെ സൃഷ്ടിക്കാൻവരെ ജനിതക സാങ്കേതിക വിദ്യക്കാവും എന്നായിരിക്കുന്നു. പ്രകൃതിയുടെയും സംസ്കൃതിയുടെയും മനുഷ്യപ്രകൃതിയുടെയും അതിജീവനം തന്നെയാണ്പ്രതിസന്ധി നേരിടുന്നത്. ഒരാഗോള പാരിസ്ഥിതിക പൗരത്വം എന്ന ആശയം (Global ecological citizenship) സംഗതമായിരിക്കുന്നു. മനുഷ്യാദ്ധ്വാനമാണ് സകല പുരോഗതിയുടെയും അടിസ്ഥാനം. എന്നാൽ അദ്ധ്വാനിക്കുന്നവർ സ്വന്തം സത്തയിൽനിന്ന് പുറത്താക്കപ്പെടുന്നതിനെയാണ് തൊഴിലാളിവല്ക്കരണം എന്ന പരികല്പന കൊണ്ട് മാർക്സ് വിവക്ഷിച്ചത്. ഇങ്ങനെ ഏവരും തൊഴിലാളിവല്ക്കരണത്തിന്, സ്വന്തം സത്തയിൽനിന്ന് ബഹിഷ്കൃതരാവുന്നതിന് കാലം സാക്ഷ്യം വഹിക്കുകയാണ്. കലാകാരനും എഴുത്തുകാരനും ലോകത്തെല്ലായിടത്തും അപൂർവ്വമായ ഒരസ്തിത്വപ്രതിസന്ധി നേരിടുകയാണ്. യാന്ത്രിക പുനരുല്പാദനം കലാരംഗം ജനാധിപത്യവല്ക്കരിക്കുന്നതിന് വഴിതുറക്കുമെന്ന വാൾട്ടർ ബഞ്ചമിന്റെ പ്രതീക്ഷ തെറ്റിപ്പോയിരിക്കുന്നു. കല വെറുമൊരു കമ്പോളവസ്തുവായി. സംസ്കാരം വ്യവസായവല്ക്കരിക്കപ്പെട്ടു. കലയും ജീവിതവും തമ്മിലുള്ള അകലം ഇല്ലാതായി. കലയ്ക്കും സാഹിത്യത്തിനും ജീവിതത്തിനു മേൽ പ്രവർത്തിക്കാനുള്ള, ജീവിതവിമർശനത്തിനുള്ള, ആപേക്ഷികവും ഒപ്പം അനിവാര്യവുമായ സ്വാതന്ത്ര്യം ചരിത്രത്തിലാദ്യമായി കൈമോശം വന്നിരിക്കുന്നു. കേരളീയ സാംസ്കാരിക ജീവിതം നേരിടുന്ന പ്രതിസന്ധിയുടെ ആഴവും അടിസ്ഥാനവും ഇതുതന്നെയാണ്. കല ജീവിതത്തിൽനിന്ന് പൊടിച്ചു വരികയല്ല, കമ്പോളത്തിനുവേണ്ടി പടച്ചുവിടുകയാണ് ചെയ്യുന്നത്. പരസ്പരം കണ്ടുകൂടാത്തവരും തൊട്ടുകൂടാത്തവരും അറിയാത്തവരും ആയിരുന്ന കേരളീയരെ മലയാളികളെന്ന നിലയ്ക്ക് കൂട്ടിയിണക്കിയ നമ്മുടെ സാഹിത്യവും ആസൂത്രിതമായി അരികിലേക്കു മാറ്റിനിർത്തപ്പെട്ടിരിക്കുന്നു. സാഹിത്യം നശിപ്പി

ക്കുന്നതിന് മുന്നോടിയായി ഭാഷ ചിട്ടയായി ചിത്രവധം ചെയ്യപ്പെടുന്നു. ഭാഷയാണ് മതേതരമായ ദേശീയതയുടെ അടിസ്ഥാനം. ഭാഷയുടെ നേർക്കെന്നപോലെ ഭാഷാദേശീയതയുടെ നേർക്കും വലിയ ആക്രമണങ്ങൾ അധികാരകേന്ദ്രങ്ങൾ അഴിച്ചുവിടുന്നു. ഭാഷാസംസ്ഥാനങ്ങളെ വെട്ടിമുറിക്കാനുള്ള അവസരവാദപരവും സങ്കുചിതവും വിഭാഗീയവുമായ നീക്കങ്ങൾ നടക്കുന്നു.

ജീവിതം 'മിഥ്യ' (illusion) യും സാഹിത്യം 'കല്പന' (Fiction)യും ആണെന്നും മിഥ്യ പ്രത്യയശാസ്ത്രത്തിനകത്ത് കുടുങ്ങിക്കിടക്കുമ്പോൾ കല്പന പ്രത്യയശാസ്ത്രത്തിന്റെ ലക്ഷ്മണരേഖകളെ ഉല്ലംഘിക്കുമെന്നും 'പിയറിമഷേറെ' പറയുന്നു. എന്നാലിന്ന് നമ്മുടെ കഥകളും നോവലുകളും കല്പനയുടെ ആകാശത്തേക്കുയരാൻ ചിറകില്ലാതെ മിഥ്യയുടെ പൊടിമണ്ണിൽ വീണുകിടന്ന് ഇഴയുകയാണ്. പ്രകൃതിസമ്പത്ത് സംസ്കരിക്കാനൊന്നും നില്ക്കാതെ ഊറ്റിയെടുത്ത് അതേപടി വിറ്റ് കാശാക്കുകയാണ് പുതിയ മുതലാളിത്തത്തിന്റെ (Late Capitalism) രീതി. അനുഭവങ്ങളെ നോവലോ കഥയോ മറ്റോ ആയി പുനരാഖ്യാനം ചെയ്യാതെ അതേപടി ആത്മകഥയോ അനുഭവക്കുറിപ്പോ ആയി എഴുതുന്നവരുടെ എണ്ണം വർദ്ധിക്കുന്നു. മതപരതയുടെ വർഗ്ഗീയവല്ക്കരണവും ആത്മീയതയുടെ വ്യാപാരവല്ക്കരണവും മതേതരമായ ഒരാത്മീയത പ്രദാനം ചെയ്യാൻ കഴിയുന്ന സാഹിത്യകൃതികളുടെ പ്രസക്തി വർദ്ധിപ്പിച്ചിരിക്കുകയാണ്. "ദൈവം കൈവിട്ടു കളഞ്ഞ ലോകത്തിന്റെ ഇതിഹാസമാണ് നോവൽ" എന്ന ലൂക്കാച്ചിന്റെ വാക്കുകൾ ഈ ആശയം തന്നെയാണ് വിവക്ഷിക്കുന്നത്. എന്നാൽ നോവൽ കൈവിട്ടുകളഞ്ഞ ലോകത്തിലേക്ക് ദൈവങ്ങൾ തിരിച്ചുവരികയാണ്. ഒരുതരം നവയാഥാസ്ഥിതികത്വം മലയാളിയുടെ സർവ്വജീവിതരംഗങ്ങളിലും നിഴൽ വീഴ്ത്തിനില്ക്കുന്നു. വിശ്വാസത്തിന്റെ പേരിലുള്ള ചൂഷണത്തെയും അനാചാരങ്ങളെയും എതിർക്കാൻ ആളുകൾ തന്റേടം കാട്ടുന്നില്ല. വിശ്വാസ സ്വാതന്ത്ര്യം, സ്വത്വസംരക്ഷണം തുടങ്ങിയ ന്യായമായ ആവശ്യങ്ങളുടെ മറവിൽ ബാല്യവിവാഹം, വൃദ്ധഭർത്തൃത്വം, ബഹുഭാര്യാത്വം, സ്ത്രീപീഡനം, ദളിതമർദ്ദനം, ന്യൂനപക്ഷ വിവേചനം ഇവയെല്ലാം ഔദ്ധത്യത്തോടെ മലയാളിയുടെ സാമാന്യബോധത്തെയും യുക്തിബോധത്തെയും പരിഹസിച്ചു പുലരുന്നു. പൗരജീവിതത്തിന്റെ സൂക്ഷ്മതലങ്ങളിൽ കാലേതന്നെ കിനിഞ്ഞിറങ്ങി പിടിമുറുക്കിയ ഹിന്ദുത്വശക്തികൾ അധികാരത്തിന്റെ സ്ഥൂലകേന്ദ്രങ്ങളിലേക്ക് വ്യാപിക്കാൻ വർദ്ധിത വീര്യത്തോടെ ശ്രമിക്കുന്നത് ആഗോളവല്ക്കരണത്തിന്റെയും അത് ആക്കം കൂട്ടിയ പുനരുത്ഥാനപരതയുടെയും അന്തരീക്ഷത്തിലാണെന്ന് തിരിച്ചറിയേണ്ടതുണ്ട്. നവോത്ഥാന സന്ദർഭങ്ങളിൽ പൊതുജീവിതത്തിൽനിന്ന് പിൻവാങ്ങിയ മതം, ഉത്തരാധുനികതയുടെ ഈ ഘട്ടത്തിൽ സാഘോഷം അവിടേക്കുതന്നെ തിരിച്ചുവന്നിരിക്കുകയാണല്ലോ. അതുകൊണ്ടുതന്നെ വിപ്ലവകരമായ മതേതരത്വത്തിന്റെ കൊടി ഉയർത്തിപ്പിടിക്കാൻ പുരോഗമന സാംസ്കാരിക പ്രവർത്തകർക്ക് പാവനമായ

ബാദ്ധ്യതയുണ്ട്. രാഷ്ട്രീയത്തിന്റെ ഏറ്റവും കാവ്യാത്മകമായ രൂപമാണ് ദേശീയതയെന്നും ദേശീയത അസ്തമിക്കുമ്പോഴാണ് ഉത്തരാധുനികത ഉയർന്നുവരുന്നതെന്നും ടെറി ഈഗിൾടൺ എഴുതിയിട്ടുണ്ട്. അതുകൊണ്ട് സകല സങ്കുചിതത്വങ്ങൾക്കുമെതിരെ പോരാടാൻ പ്രേരിപ്പിക്കുന്ന ഫല പ്രദമായ പ്രതിപ്രത്യയശാസ്ത്രമാണ് വിപ്ലവകരമായ ദേശീയതയെന്നും തിരിച്ചറിയേണ്ടതുണ്ട്. അറബ് വസന്തത്തിന്റെ ചെലവിൽ അധികാരത്തിൽ വന്ന ഇസ്ലാമിക് ബ്രദർഹുഡിന്റെ മതരാഷ്ട്രത്തിനും ഇസ്ലാമികവല്ക്കര ണത്തിനും അമേരിക്കൻ അനുകൂല വിദേശനയത്തിനും നവലിബറൽ സാമ്പത്തികനയത്തിനുമെതിരെ കെയ്റോവിൽ ഉയർന്നുവന്ന ജനലക്ഷ ങ്ങളുടെ പ്രസ്ഥാനം, തുർക്കി സർക്കാരിന്റെ ഇസ്ലാമിക രാഷ്ട്രീയത്തിനെ തിരെ 'ഇസ്താംബു'ളിൽ ഉയർന്നുവന്ന മതേതര മുന്നേറ്റങ്ങൾ, ജമാ അത്തെ ഇസ്ലാമിക്കെതിരെ ബംഗ്ലാദേശിൽ കത്തിപ്പടർന്ന മതേതര ദേശീയ യുവജനപ്രക്ഷോഭങ്ങൾ ഇവയെല്ലാം ലോകരാഷ്ട്രീയത്തിൽ ആസന്നമായ, അഭികാമ്യമായ ഒരു വഴിമാറ്റത്തിന്റെ അടയാളങ്ങളാണ്. സ്വത്വരാഷ്ട്രീയം ഉപരിവർഗ്ഗരാഷ്ട്രീയത്തിന്റെ പ്രച്ഛന്ന രൂപമാണ്. അതു വാരിവിതറുന്ന ഇട തുപക്ഷ 'ജാർഗണു'കൾ ഒരു 'കാമഫ്ളാഷ്' തന്ത്രമാണ്. വംശ വർണ്ണ മത ലിംഗഭേദമില്ലാത്ത ബഹിഷ്കൃതരുടെ വിശാലമായ ഒരു സാർവ്വദേ ശീയ പ്രസ്ഥാനം ഉയർന്നുവരുന്നതിനെ അത് ആസൂത്രിതമായി തുരങ്കം വെയ്ക്കുന്നു. 'പ്ലാസി' യുദ്ധം മുതൽക്കല്ല 'ട്രോജൻ' യുദ്ധകാലത്തുതന്നെ യൂറോപ്യന്മാർ പൗരസ്ത്യരെ അധമവല്ക്കരിക്കാനും കീഴടക്കി പരിഷ്ക രിക്കേണ്ട പ്രാകൃതരായി കാണാനും തുടങ്ങിയിരുന്നുവെന്ന് വാദിക്കുന്ന 'അധിനിവേശാനന്തര' ചിന്തകൾ ജനങ്ങളുടെ സാമ്രാജ്യ വിരോധത്തെ പൗരസ്ത്യരുടെ പാശ്ചാത്യ വിരുദ്ധതയായി വഴി തിരിച്ചുവിടുന്നു. *വെനീസിലെ വ്യാപാരി*യിലെ 'ഷൈലോക്കി'നെ സൃഷ്ടിച്ചതിന്റെ പേരിൽ ഷേക്സ്പിയറെ ജൂതവിരോധിയായി വ്യാഖ്യാനിക്കുന്ന തരത്തിലുള്ള സാഹിത്യ വിമർശനങ്ങൾ പെരുകുന്നു! ഇത്തരം ആശയാവലികളെ വിട്ടു വീഴ്ച കൂടാതെ എതിർത്തു തോല്പിച്ചുകൊണ്ടു മാത്രമേ പൊരുതു ന്നൊരു സാംസ്കാരിക പ്രസ്ഥാനം കെട്ടിപ്പടുക്കാനാവൂ.

4

സംസ്കാരങ്ങളുടെ സംഘർഷവും വർഗ്ഗസമരവും

സാമാന്യമായ അർത്ഥത്തിൽ സംസ്കാരം ജീവിതത്തിന്റെ സർവ്വ തലങ്ങളെയും സ്പർശിക്കുകയും ഉൾക്കൊള്ളുകയും ചെയ്യുന്നുണ്ട്. എന്നാൽ നമ്മുടെ വിദ്യാഭ്യാസ വകുപ്പുപോലും സാംസ്കാരിക വകുപ്പിന്റെ അനുബന്ധമല്ല. ഒട്ടും ബന്ധമില്ലാത്ത മറ്റൊരു പ്രധാനവകുപ്പാണ്. അവിടെ 'സംസ്കാരം' ജീവിതത്തിന്റെ ഒരു സവിശേഷമണ്ഡലത്തിലേക്ക് ഒതുങ്ങുകയും ചുരുങ്ങുകയും ചെയ്തിരിക്കുന്നു. സാംസ്കാരിക സമ്മേളനത്തിൽ ചുക്കിന്റേയോ കുരുമുളകിന്റേയോ വിലനിലവാരത്തെക്കുറിച്ച് ചർച്ച ചെയ്യാൻ ആരും മുതിരുകയില്ല. അത് അനുചിതവും ആ സന്ദർഭത്തിൽ അപ്രസക്തവുമാണെന്ന് ആളുകൾ കരുതുന്നു.

എന്നാൽ സംസ്കാരത്തെ ഇങ്ങനെ വേലികെട്ടി വേർതിരിച്ചുനിർത്തിയിരുന്ന ശീലവും കാലവും അതിവേഗം മാറിക്കൊണ്ടിരിക്കുകയാണ്. സംസ്കാരത്തിന്റെ ഒരു പെരുമഴക്കാലമാണിത്. മഴക്കാലത്ത് പുഴയും കരയും തിരിച്ചറിയാനാവാത്തപോലെ സംസ്കാരം കേറിയും കടന്നും എല്ലായിടത്തും വ്യാപിച്ചുകൊണ്ടിരിക്കുകയാണ്. കലയും കച്ചവടവും അധികാരവും വിപ്ലവവും യുദ്ധവും സമാധാനവും എല്ലാം സംസ്കാരമായി സംസ്കാരവല്കൃതമായിത്തീർന്നിരിക്കുന്നു. ഈ സംസ്കാരപരതയും സംസ്കാരസമൃദ്ധിയും ഒരു വരമല്ല ശാപമാണെന്നും പുരോഗതിയുടെ അടയാളമല്ല, സമൂഹം ചെന്നുപെട്ട ആഴമേറിയ പ്രതിസന്ധിയുടെ സൂചനയാണെന്നും ആളുകൾ അറിയാൻ തുടങ്ങുന്നതേയുള്ളൂ സംസ്കാരം ജീവിതത്തിന്റെ പൊടിപ്പോ ഉപ്പോ അല്ല മറിച്ച് അടിച്ചേല്പിക്കപ്പെടുന്നതും എങ്ങുനിന്നോ വന്നു വീഴുന്നതും ആയ ഒന്നായിരിക്കുന്നു. ജീവിത നൈസർഗ്ഗികതയെ ഒരുചരമാവരണംപോലെ അത് മൂടിനില്ക്കുന്നു.

മുമ്പൊക്കെ മറ്റെന്തില്ലെങ്കിലും ഏതു ജനതയ്ക്കും അവരുടേതായ സംസ്കാരമുണ്ടായിരുന്നു. അവർ സമ്പത്തില്ലാത്തവരാകാം.' സാമൂഹ്യമായി പിന്നോക്കം നില്ക്കുന്നവരാകാം എന്നാൽ സാംസ്കാരികമായി ഏവരും സമ്പന്നരായിരുന്നു. ആ സമ്പത്താകട്ടെ ചോരന്മാർ കൊണ്ടുപോകാത്തതും കൊടുക്കുന്തോറും ഏറിടുന്നതും ആയിരുന്നു. മണ്ണിൽ കാലൂന്നുമ്പോൾ മഹാശക്തനാവുന്ന യവനകഥയിലെ നായകനെപ്പോലെ സ്വന്തമായ സംസ്കാരത്തിന്റെ ഭൂമികയിൽ ചവിട്ടിപ്പിടിച്ച് നിന്നുകൊണ്ടാണ് അവശരും ആർത്തരും ആലംബഹീനരും ചരിത്രത്തിൽ വീണ്ടും വീണ്ടും ഉയിർത്തെഴുന്നേറ്റുവന്നത്.

ചരിത്രകാരനായ ലോറൻസ് ലെവിൻ, അമേരിക്കയിലെ ആദിമനിവാസികളോ ആഫ്രിക്കൻ വംശജരോ ആയ അടിമകളുടെ കൂട്ടപ്പാട്ടുകളിൽ അധീശത്വത്തിന് നിയന്ത്രണാധികാരമില്ലാത്ത ഒരിടം, ആപേക്ഷികമായി സ്വാധികാരവും സ്വാതന്ത്ര്യവുമുള്ള ഒരുതലം തലമുറകളായി സൂക്ഷിക്കുകയും കൈമാറുകയും ചെയ്തിരുന്നതായി പറയുന്നുണ്ട്. അന്യഥാ ദരിദ്രവും ശൂന്യവുമായ ജീവിതത്തിന് ഉപശാന്തി നല്കുന്ന വർണ്ണശബളമായ ഒരു സാംസ്കാരിക ഭൂഖണ്ഡം അവർക്കുണ്ടായിരുന്നു. അധീശസംസ്കൃതിയെ പൂർണ്ണമായും തിരസ്കരിക്കാൻ അവർക്കാവുമായിരുന്നില്ല. ചിലപ്പോൾ പാടുന്നതും പറയുന്നതും മേലാളരുടെ ഭാഷയിൽ അവരുടെ മൂല്യവ്യവസ്ഥകളെ വിനിമയം ചെയ്യുന്ന കഥകളായിരിക്കും. എന്നാൽ അതിനകത്ത് ചില വെട്ടിത്തിരുത്തലുകൾ, കൂട്ടിച്ചേർക്കലുകൾ, പുതിയ അർത്ഥവും വ്യാഖ്യാനവും നല്കൽ ഇത്യാദി തന്ത്രങ്ങളിലൂടെ സ്വന്തമായ നിലപാടുകളും നിരീക്ഷണങ്ങളും പ്രതികരണങ്ങളും പരോക്ഷമായി ആവിഷ്കരിക്കാൻ കഴിഞ്ഞിരുന്നു. നമ്മുടെ നാട്ടിലെ നാടൻപാട്ടുകളിലും അവയിൽനിന്ന് വികസിപ്പിച്ചെടുത്ത തുള്ളൽപ്പാട്ടുകളിലും പ്രച്ഛന്നമായ ഈ പ്രതിഷേധത്തിന്റെ വ്യത്യസ്തമായ പ്രകടനരീതികൾ കാണാം. അധികാരം എത്ര ഘോരവും സമഗ്രവുമാണെങ്കിലും മാനസികമായ അടിമത്തം അപൂർണ്ണമായിരുന്നു. ചില വിടവുകൾ, പഴുതുകൾ, സ്വതന്ത്രമേഖലകൾ ഉണ്ടായിരുന്നു. അവിടെ പ്രതിസ്വരവും പ്രതിഷേധവും കെട്ടുപോകാതെ കത്തിനിന്നിരുന്നു. എന്നാൽ ആഗോളവല്ക്കരണം അടിമത്തത്തിന്റെ സമ്പൂർണ്ണവല്ക്കരണമാണ്. അധീശത്വം കൈവയ്ക്കാത്ത, കീഴടക്കാത്ത ഒരിടവും ഇനി അവശേഷിക്കുന്നില്ല. ചരിത്രത്തിൽ മുമ്പില്ലാത്ത ഒരു പ്രതിസന്ധിയുടെ മുന്നിൽ മർത്യലോകം എത്തിനില്ക്കുംപോലെ...

ലോകത്തിന്റെ പല ഭാഗത്തും ഇക്കാലത്ത് വളർന്നുവരുന്ന പ്രക്ഷോഭങ്ങളിൽ മുഴങ്ങുന്നത് "ഞങ്ങൾക്ക് ഞങ്ങളുടെ ജീവിതം തരൂ" എന്ന മുദ്രാവാക്യമാണ്. സ്വന്തമായ ഒരു ജീവിതം ജീവിക്കാനുള്ള അവകാശത്തിനുവേണ്ടിയുള്ള, പുതുമയ്ക്കുവേണ്ടിയല്ല തനിമയ്ക്ക് വേണ്ടിയുള്ള സമരങ്ങളാണ് പരപ്രേരണ കൂടാതെ പൊട്ടിമുളയ്ക്കുന്നത്. കാട്ടുതീപോലെ പടരുന്നത്. കറുത്തവർ, ആദിവാസികൾ, ദളിതർ, ന്യൂനപക്ഷങ്ങൾ ഇവരുടെയൊക്കെ സമരങ്ങളും പ്രക്ഷോഭങ്ങളും വളർന്നുവരുന്നുണ്ട്.

ഇത്തരം പ്രസ്ഥാനങ്ങളിൽ വൻതോതിൽ ആളുകൾ പങ്കെടുക്കുന്നുണ്ട്. അവർക്ക് ആത്മാർത്ഥതയും ആർജ്ജവവും ഉണ്ട്. വലിയ ഭാരങ്ങളും ബാദ്ധ്യതകളും ഏറ്റെടുക്കാൻ, ത്യാഗം സഹിക്കാൻ അത്തരം കൂട്ടായ്മക ളിൽ പങ്കെടുക്കുന്നവർ മുന്നോട്ടുവരുന്നു. ഈ സമരത്തിൽ സ്വയം ബലി യാവാൻപോലും അവരിൽ ചിലർക്ക് ഒരു മടിയുമില്ല. തമിഴ് പുലികൾ മുതൽ മതഭീകരവാദികൾവരെ മനുഷ്യബോംബായി സ്വയം പൊട്ടിച്ചിത റുന്നത് കാണുന്നു. തെലുങ്കാനാപ്രക്ഷോഭകരിൽ ചിലർ സ്വയം തീകൊ ളുത്തി വെന്തുമരിക്കുന്നു. ഇതൊക്കെ തനിമാവാദത്തിന്റെ തീവ്രതയും സവിശേഷ സ്വഭാവവും എടുത്തുകാട്ടുന്നു. എന്നാൽ ഇതോടൊപ്പം സ്വത്വ വാദങ്ങൾ വ്യത്യസ്തതകളോട് കടുത്ത അസഹിഷ്ണുതയും പുറന്തള്ളൽ മനോഭാവവും പ്രകടിപ്പിക്കുന്ന വിഭാഗീയ വിധ്വംസക പ്രസ്ഥാനങ്ങളായി മാറാനും സകല സാദ്ധ്യതയും ഉണ്ട്. സാംസ്കാരികവൈവിദ്ധ്യങ്ങൾ സംര ക്ഷിക്കാനുള്ള വ്യഗ്രത സാംസ്കാരിക യാഥാസ്ഥിതികത്വമായി, പാരമ്പ ര്യഭക്തിയായി സാംസ്കാരിക സ്വാതന്ത്ര്യ നിഷേധമായി രൂപാന്തരപ്പെടു ന്നതിനും നമ്മുടെ കാലം സാക്ഷ്യം വഹിക്കുന്നുണ്ട്. അതുകൊണ്ട് സ്വത്വാധിഷ്ഠിത ജനമുന്നേറ്റങ്ങളെ ഏകപക്ഷീയമായി അറുപിന്തിരിപ്പ നെന്ന് മുദ്രകുത്തി തള്ളിക്കളയാനോ പിന്നോക്കാവസ്ഥയുടെ ആഘോ ഷമായി മാറുംവിധം കണ്ണുമടച്ച് കൊള്ളാനോ പറ്റുകയില്ല. ഇടതുപക്ഷവും തൊഴിലാളിവർഗ്ഗവും ഇത്തരം പ്രവണതകളോടും പ്രസ്ഥാനങ്ങളോടും വൈരുദ്ധ്യാത്മകമായ ഒരു സമീപനം വികസിപ്പിക്കേണ്ടതുണ്ട്. ഭാഷാ ദേശീയവാദം സങ്കുചിതമായാൽ എന്തു സംഭവിക്കുമെന്ന് മുംബൈയിലെ ശിവസേനാ രാഷ്ട്രീയം കാട്ടിത്തരുന്നുണ്ട്. എന്നാൽ ഭാഷാ ദേശീയതയെ ജനങ്ങളെ ജനശത്രുക്കൾക്കെതിരെ ഏകീകരിക്കാൻ പ്രയോജനപ്പെടുത്തി യതിന്റെ അനുഭവങ്ങളും നമുക്കുണ്ടല്ലോ.

കമ്യൂണിസം കേവലം സാമ്പത്തിക നിർണ്ണയവാദമാണെന്നും അവർ സർവ്വതും വർഗ്ഗപ്രശ്നങ്ങളായി വെട്ടിച്ചുരുക്കുന്നവരാണെന്നും കാര്യമറി യാതെ ചിലർ പഴി പറയാറുണ്ട്. എന്നാൽ സംസ്കാരമാണ് സകലതും നിർണ്ണയിക്കുന്നതെന്ന് കമ്യൂണിസ്റ്റ് വിരുദ്ധന്മാർ വാദിക്കുന്നു. സാമുവൽ ഹണ്ടിങ്ടന്റെ സംസ്കാര സംഘർഷവാദം ശീർഷാസനത്തിലുള്ള വല തുപക്ഷലോക വീക്ഷണത്തിന്റെ പുതിയ പതിപ്പു മാത്രമാണ്. അറുപതു കളിൽ ഘാനയും തെക്കൻ കൊറിയയും ഏറെക്കുറെ തുല്യനിലയിലുള്ള രണ്ട് പിന്നോക്ക രാജ്യങ്ങളായിരുന്നു. എന്നാൽ മൂന്നുദശകം പിന്നിട്ടപ്പോ ഴേക്കും തെക്കൻ കൊറിയയിൽ വലിയ മാറ്റംവന്നു. അത് ഒരു വ്യവസായ ഭീമനായി. ലോകത്തിലെ പതിനാലാമത്തെ സാമ്പത്തികശക്തിയായി ഉയർന്നുവന്നു. ഘാന അപ്പോഴും പഴയപടി അതിന്റെ പിന്നോക്കനില യിൽത്തന്നെ തുടരുകയും ചെയ്തു. കൊറിയക്കാർ മിതവ്യയം ചെയ്യുന്ന, നിക്ഷേപശീലമുള്ള, അച്ചടക്കവും അദ്ധ്വാനശീലവുമുള്ള, ഉയർന്ന വിദ്യാ ഭ്യാസ യോഗ്യതയുള്ള ഒരു ജനതയാണ്. ഘാനക്കാർക്ക് ഇതൊന്നുമില്ല. അതുകൊണ്ട് ജനതയുടെ സംസ്കാരം തന്നെയാണ് അവരുടെ പിന്നോ

ക്കാവസ്ഥയും മുന്നോക്കാവസ്ഥയും മൂലകാരണമെന്ന് *'കൾച്ചർ മാറ്റേഴ്സ്'* എന്ന പുസ്തകത്തിന്റെ ആമുഖോപന്യാസത്തിൽ ഹണ്ടിങ്ടൻ സിദ്ധാന്തിക്കുന്നുണ്ട്. എന്നാൽ ചരിത്രത്തിന്റെ ഗതിയും സമൂഹത്തിന്റെ വിധിയും നിർണ്ണയിക്കുന്നത് സംസ്കാരം മാത്രമാണെങ്കിൽ ഘാനയും കൊറിയയും അറുപതുകളിൽ ഏതാണ്ടൊരുപോലെ ആയിരുന്നതെന്തുകൊണ്ട്? അന്നും ആ സംസ്കാരങ്ങൾ വ്യത്യസ്തങ്ങളായിരുന്നില്ലേ? ഇത്തരം ചോദ്യങ്ങൾക്ക് സാംസ്കാരിക മൗലികവാദികൾക്ക് മറുപടിയുണ്ടാവില്ല. യഥാർത്ഥത്തിൽ ഇവർ ചെയ്യുന്നത് ഏഷ്യനാഫ്രിക്കൻ രാജ്യങ്ങളിൽ രണ്ട് നൂറ്റാണ്ട് നീണ്ട കൊളോണിയൽ അധീശത്വത്തെയും കൊള്ളയേയും ന്യായീകരിക്കുകയാണ്. രാജ്യങ്ങളുടെ പിന്നോക്കാവസ്ഥയ്ക്ക് രാജ്യവാസികളുടെ സംസ്കാരമാണ് കാരണമെന്ന് വാദിച്ചുകൊണ്ട് ഹണ്ടിങ്ടനും മറ്റും കൊളോണിയലിസത്തെ കുറ്റവിമുക്തനാക്കാനാണ് ശ്രമിക്കുന്നത്. ഒപ്പം ആഗോളവല്ക്കരണത്തിനെതിരായ ജനമുന്നേറ്റങ്ങളെ ഭിന്ന സംസ്കാരമുള്ള ജനങ്ങളും ജനങ്ങളും തമ്മിലുള്ള സഹോദരപ്പോരായി, വർഗ്ഗീയ ലഹളയായി വഴിതിരിച്ചുവിട്ട് തകർക്കാനും ഉത്തേജനം നല്കുന്നു.

സംസ്കാരങ്ങൾ തമ്മിലുള്ള ഏറ്റുമുട്ടലാണ് എല്ലാ സംഘർഷങ്ങളുമെന്ന ഹണ്ടിങ്ടന്റെ സിദ്ധാന്തത്തെ അമേരിക്കൻ പ്രസിഡന്റ് ഒബാമ പോലും ഈയിടെ പരസ്യമായി തള്ളിപ്പറയുകയുണ്ടായി. സംസ്കാരങ്ങളുടെ സംഘർഷമല്ല സമന്വയമാണ് അഭികാമ്യമെന്ന് ഒബാമ. അന്യന് പ്രവേശനമില്ലാത്ത ഇടങ്ങൾക്ക് പകരം ഏവരും ഇടകലരുകയും അന്യോന്യം ഉൾക്കൊള്ളുകയും ചെയ്യുന്ന ഒരു ലോകം ഉണ്ടാവണമെന്ന് അദ്ദേഹം പറയുന്നു. ഒബാമയുടെ ഈ നിരീക്ഷണങ്ങൾ വലതുപക്ഷ ചിന്തയിലും വിചാരങ്ങളിലും ആസന്നമായ ഒരു 'പാര ഡൈംഷിഫ്റ്റി'ന്നെയാണ് അടയാളപെടുത്തുന്നത്. സോഷ്യലിസവും സാമ്രാജ്യത്വവും തമ്മിലുള്ള 'ശീതസമരം' സംസ്കാരങ്ങൾ തമ്മിലുള്ള യഥാർത്ഥ വൈരുദ്ധ്യത്തെ മറച്ചുവെച്ചിരിക്കുകയാണെന്ന് റേയ്മണ്ട് ആരൺ (Raymond Aron) അറുപതുകളിൽത്തന്നെ പറഞ്ഞിട്ടുണ്ട്. സോവിയറ്റ് യൂണിയന്റെ തകർച്ചയോടെ സാമുവൽ ഹണ്ടിങ്ടൺ ആ വാദം വർദ്ധിതവീര്യത്തോടെ ഏറ്റെടുക്കുകയയായിരുന്നു. എന്നാൽ, അത് വൈറ്റ്ഹൗസിൽനിന്നു തന്നെ ആഗോള വലതുപക്ഷ ചിന്തയുടെ തലസ്ഥാനത്തുനിന്നുതന്നെ തെറ്റാണെന്ന് സമ്മതിക്കുകയും തിരുത്തുകയും ചെയ്തിരുന്നു. ഇത് സോവിയറ്റനന്തര കാലത്ത് ഇടതുപക്ഷത്തിന് കൈവന്ന പ്രത്യയശാസ്ത്രപരമായ ഒരു വിജയം തന്നെയാണ്.

അമേരിക്കൻ പ്രസിഡന്റിന്റെ ഈ നയമാറ്റം ഒരേകാന്തവിസ്മയമല്ല. ഒബാമയുടെ മാത്രമല്ല ഫുക്കുയാമയെപ്പോലുള്ള വലതുപക്ഷ ചിന്തകരുടെയും ഭാഷയിലും നിലപാടിലും മൗലികമായ മാറ്റം സംദൃശ്യമാണ്. അമേരിക്കയിൽനിന്നും തുടങ്ങിയ ആഗോള സാമ്പത്തിക പ്രതിസന്ധിയുടെ പശ്ചാത്തലത്തിൽ കമ്പോളത്തിന്റെ ദിവ്യശക്തിയിലുള്ള പലരുടെയും വിശ്വാസം ഉലഞ്ഞിരിക്കുന്നു. എല്ലാം കമ്പോളത്തിന് വിട്ടുകൊടുത്ത്

സർക്കാർ കൈകെട്ടിയിരുന്നാൽ മതി എന്ന് പറഞ്ഞവർ ഭരണസംവിധാനങ്ങൾക്ക് മാത്രം പൂർത്തീകരിക്കാൻ കഴിയുന്ന ചില ജോലികളുണ്ടെന്ന് ഫുക്കുയാമയെപ്പോലെ സമ്മതിച്ചു തുടങ്ങിയിരിക്കുന്നു. അമേരിക്കയ്ക്ക് ഇത് സ്വയംകൃതാനർത്ഥങ്ങളുടെയും സ്വയം തിരുത്തലുകളുടെയും കാലമാണ്. യു എസ് സാമ്രാജ്യത്വം പെറ്റുപോറ്റിയ മതമൗലിക ഭീകരവാദം റാഞ്ചിയ വിമാനം വന്നിടിച്ചപ്പോൾ ന്യൂയോർക്കിലെ ഇരട്ട ഗോപുരങ്ങൾ കത്തുകയുണ്ടായി. എന്നാൽ അമേരിക്ക സ്പോൺസർ ചെയ്ത കമ്പോള മൗലികവാദം തിരിഞ്ഞുകുത്തിയപ്പോൾ ആ സാമ്പത്തിക സാമ്രാജ്യത്തിന്റെ സകല ഗോപുരങ്ങൾക്കും തീപിടിച്ചിരിക്കുന്നു. സർവ്വതലസ്പർശിയായ സാമ്പത്തിക പ്രതിസന്ധിയുടെ ഈ പൊള്ളുന്ന അനുഭവങ്ങളാണ് ഒബാമയെ സാംസ്കാരിക സമന്വയ വാദിയാക്കിയത്. ഫുക്കുയാമയെ സർക്കാരിടപെടലിന്റെ അഭികാമ്യത ബോദ്ധ്യപ്പെടുത്തിയത്. സോവിയറ്റ് തകർച്ചയുടെ ഉത്സവലഹരിയിൽ "ചരിത്രത്തിന്റെ അന്ത്യ"ത്തെക്കുറിച്ച് ഉപന്യസിച്ച ഫുക്കുയാമ കമ്പോളമുതലാളിത്തത്തിന്റെ അന്ത്യം ആസന്നമാണെന്ന് ആശങ്കപ്പെടുന്നു. അമേരിക്കൻ മോഡൽ ഗുരുതരമായ വെല്ലുവിളി നേരിടുന്നു. റഷ്യയുടെ വെല്ലുവിളി നേരിടുന്നു. റഷ്യയുടെയോ ചൈനയുടെയോ മോഡലുകൾ കൂടുതൽ കൂടുതൽ ആകർഷകമാകാൻ തുടങ്ങിയിരിക്കുന്നു. ധനസുസ്ഥിരത കൈവരിക്കുന്നതുപോലെതന്നെ നമ്മുടെ സൽപ്പേരും അമേരിക്കൻ ബ്രാൻഡിന്റെ ആകർഷകത്വവും വീണ്ടെടുക്കലും അതിപ്രധാനമായ അടിയന്തര കടമായിരുന്നു എന്ന് *ന്യൂസ് വീക്കിൽ* അദ്ദേഹം എഴുതുന്നു.

അമേരിക്കയുടെ സൽപ്പേരും യു എസ് മുതലാളിത്ത മോഡലിന്റെ ആകർഷകത്വവും വീണ്ടെടുക്കാനുള്ള തന്ത്രമാണ് ഒബാമയുടെ 'സാംസ്കാരിക സമന്വയവാദത്തിലും ഒളിഞ്ഞിരിപ്പുള്ളത്. സാംസ്കാരിക സംഘർഷ സിദ്ധാന്തത്തിന്റെ പരീക്ഷണശാലയായ പലസ്തീൻ പ്രശ്നത്തിൽ ഒബാമ പൂർവ്വസൂരികളുടെ നിലപാടിൽ ഉറച്ചുനില്ക്കുകതന്നെയാണ്. "ജൂതമാതൃഭൂവിന് വേണ്ടിയുള്ള അഭിലാഷങ്ങൾ ഒരു ദുരന്ത ചരിത്രത്തിൽ വേരാഴ്ത്തിയതും തള്ളിക്കളയാനാവാത്തതും'' ആണെന്ന് അദ്ദേഹം ഇപ്പോഴും കരുതുന്നു. അപ്പോൾ ഒബാമയുടെ മധുരഭാഷണങ്ങളിൽ മയങ്ങി അമേരിക്കയുടെ നയംമാറി എന്ന് പുള്ളിപ്പുലിയുടെ പുള്ളികൾ മാഞ്ഞുവെന്ന് ആരും ധരിക്കേണ്ടതില്ല. സംസ്കാരങ്ങൾ തമ്മിലാണ് സംഘർഷം എന്ന വാദം വർഗ്ഗസമരങ്ങളെ വർഗ്ഗീയവല്ക്കരിക്കാനും ജനശത്രുവിനെതിരായ ജനമുന്നേറ്റങ്ങളെ ജനതയും ജനതയും തമ്മിലുള്ള സഹോദരപ്പോരായി വഴിതിരിച്ചു വിടാനുമുള്ള തന്ത്രമാണല്ലോ.

എന്നാൽ പുത്തൻ സാമ്പത്തിക പ്രതിസന്ധിയുടെ പശ്ചാത്തലത്തിൽ വർഗ്ഗസമരങ്ങൾ തടുത്തുനിർത്താനാവാത്ത വിധം വളർന്നുവരികയാണ്. സംഘർഷമല്ല സമന്വയമാണ് വേണ്ടതെന്ന് ഒബാമ പറയുന്നത് ഈ സാഹചര്യത്തിലാണ്. അതായത് വർഗ്ഗങ്ങൾ തമ്മിലുള്ള സമരങ്ങൾക്കും സംഘർഷങ്ങൾക്കും പകരം വർഗ്ഗ സമന്വയമോ വർഗ്ഗസഹകരണമോ

ആണ് വളർത്തേണ്ടതെന്നു തന്നെയാണ് അമേരിക്കയുടെ പ്രസിഡന്റ് വിവക്ഷിക്കുന്നത്.

ഇമ്മട്ടിലുള്ള മാറ്റങ്ങളെയും മാറ്റമില്ലായ്മകളെയും വൈരുദ്ധ്യാത്മകമായി സമീപിക്കേണ്ടതുണ്ട്. ബുഷിൽ നിന്ന് ഒബാമയിലെത്തുമ്പോൾ അമേരിക്കയാകെ മാറി എന്ന് കരുതുംപോലെത്തന്നെ അവരിരുവരുടെയും നയങ്ങളിൽ ഒരു നിറവ്യത്യാസവും ഇല്ലെന്ന് പറയുന്നതും ശരിയല്ല. ഈയിടെ അമേരിക്കൻ രാഷ്ട്ര സംഘടനകളുടെ (OAS) യോഗത്തിൽ പങ്കെടുക്കാൻ ക്ഷണം ലഭിച്ചപ്പോൾ ക്യൂബ നടത്തിയ പ്രതികരണം ഇവിടെ പ്രസക്തമാണെന്ന് തോന്നുന്നു. ഇത്രകാലം തങ്ങളെ മാറ്റിനിർത്തിയ ഒരു സഭയിലേക്ക് ഇനി ഏതായാലും വരുന്നില്ല. എന്നാൽ കഴിഞ്ഞ അരനൂറ്റാണ്ടായി ക്യൂബയെ ഉപരോധിച്ചും ഒറ്റപ്പെടുത്തിയും തകർക്കാനുള്ള അമേരിക്കയുടെ ശ്രമം പരാജയപ്പെട്ടിരിക്കുന്നു. ഇത് ക്യൂബൻ ജനതയുടെ വിജയമാണ്. ഇവ്വിധമാണ് ഒബാമയുടെ സമന്വയഭാഷണങ്ങളെയും പരിഗണിക്കേണ്ടതെന്ന് തോന്നുന്നു. തീർച്ചയായും അത് വളർന്നുവരുന്ന വർഗ്ഗസമരങ്ങളെ നേരിടാനുള്ള പുതിയ തന്ത്രമാണ്. ഒപ്പം സാമ്രാജ്യത്വം ഒരു തുറന്ന യുദ്ധത്തിലേക്ക് പെട്ടെന്ന് ലോകത്തെ തള്ളിയിടാൻ സാദ്ധ്യതയില്ലെന്ന ഒരാശ്വാസവും. തൊഴിലാളിവർഗ്ഗത്തിന് സ്വയം സംഘടിക്കാനും സജ്ജരാകാനും ചരിത്രത്തിൽ അപൂർവ്വമായി കിട്ടുന്ന ഒരവസരവും അതിലുണ്ട്. ഈ അവസരം സമർത്ഥമായും സമരോത്സുകമായും വിശ്വവിപ്ലവശക്തികൾക്ക് പ്രയോജനപ്പെടുത്താൻ കഴിയുമെങ്കിൽ, ഭാവിയെക്കുറിച്ച് മനുഷ്യന് ചില ശുഭപ്രതീക്ഷകൾക്കും അന്യഥാ ഇരുണ്ട ഈ കാലം വഴിയൊരുക്കുന്നുണ്ട്.

5

പുരോഗമനസാഹിത്യം പുരോഗമിക്കാൻ

"പുതിയതൊന്ന് നിർമ്മിക്കണമെങ്കിൽ പഴയതിനെ തകർക്കണമായിരുന്നു. ഞങ്ങൾ അതാണു ചെയ്തത്" എന്ന് അത്യന്താധുനിക (High Modernism) സാഹിത്യത്തിന്റെ മുഖ്യ വക്താവായ എം മുകുന്ദൻ പറയുന്നു. അദ്ദേഹം തകർക്കണമെന്നു പറയുന്ന 'പഴയത്' മലയാളത്തിലെ പുരോഗമന സാഹിത്യമാണ്. അതു സൃഷ്ടിച്ച സൽപാരമ്പര്യങ്ങളെയാണു മുകുന്ദൻ കടന്നാക്രമിക്കുന്നത്. 'അവർക്ക് അന്നുവേണ്ടത് കെ പി ജി നമ്പൂതിരിയും ഇടശ്ശേരിയും വൈലോപ്പിള്ളിയുമെല്ലാം അനുശീലിച്ച ഒരു പ്രത്യേക ഭാഷയും മുദ്രാവാക്യവുമായിരുന്നു. അതിൽ നിന്നുള്ള കുതറിമാറലാണ് ഞങ്ങളുടേത്. വളരെചെറിയ ഒരു വൃത്തത്തിൽ സ്വയം പ്രതിഷ്ഠിക്കുകയായിരുന്നു പുരോഗമനപ്രസ്ഥാനക്കാർ. മലയാളസാഹിത്യം എല്ലാറ്റിനെയും മറികടന്ന് വലുതാകാൻ യഥാർത്ഥത്തിൽ കാരണം ഞങ്ങളൊക്കെയായിരുന്നു" എന്നും മുകുന്ദൻ *'മലയാളം'* വാരികയിൽ സോമശേഖരനുമായി മുൻപൊരിക്കൽ നടത്തിയ ദീർഘമായ അഭിമുഖത്തിൽ അവകാശപ്പെടുന്നുണ്ട്. മലയാളസാഹിത്യം പുരോഗമിക്കാൻ തങ്ങളാണു കാരണം എന്നും മറ്റുമുള്ള അദ്ദേഹത്തിന്റെ അതിവാദങ്ങളെ അവഗണിക്കാം. എന്നാൽ ആ കെ പി ജിയെ വെറുതെ വിടാൻ ഒരുദയാഹർജി മുകുന്ദസമക്ഷം സമർപ്പിക്കാതെ വയ്യ. പുതിയ സാഹിത്യത്തിനും സമൂഹത്തിനുംവേണ്ടി കെ പി ജി സ്വയം ബലിയാവുകയായിരുന്നു. ഏവർക്കും കൊട്ടിരസിക്കാൻ പാകത്തിൽ കെട്ടിത്തൂക്കിയ ഒരു വഴിച്ചെണ്ടയല്ല ആ കലാജീവിതമെന്നറിയാനുള്ള വിവേകവും വിനയവും മുകുന്ദനിൽനിന്നു പ്രതീക്ഷിക്കുന്നുണ്ട്.

ജീവിതപ്പാത കൊള്ളാം

കെ പി ജി യെപ്പറ്റി മാത്രമല്ല, ചെറുകാടിനെപ്പറ്റിയും 'ആസ്ഥാന പണ്ഡിതന്മാർക്കു' വലിയ മതിപ്പില്ല. 'ആ *ജീവിതപ്പാത* കൊള്ളാം' എന്നു ചിലർ സമ്മതിക്കുമ്പോൾ അതൊഴിച്ച് മറ്റൊന്നും കൊള്ളില്ലെന്നു വിവക്ഷിക്കുകയും ചെയ്യുന്നുണ്ട്. നമ്മുടെ ഗ്രാമജീവിതരംഗങ്ങളെ ദീർഘനിദ്രയിൽ നിന്നും കുലുക്കിയുണർത്തിയ നാടകങ്ങൾ ചെറുകഥകൾ, കവിതകൾ-ഇവയൊന്നും ആർക്കും അവഗണിക്കാനാവില്ല. ആ *മുത്തശ്ശി*യെ മറക്കാനാവുമോ? തൊട്ടാൽ പൊള്ളുന്ന *ശനിദശയെ കണ്ടില്ലെന്നു* വയ്ക്കാൻ കഴിയുമോ? ഇവയെല്ലാം താൻ ജീവിച്ച കാലത്തിന്റെ, സ്ഥലത്തിന്റെ തന്നാട്ടുജീവിതത്തിന്റെ കഥകളാണ്. സ്വാഭാവികമായും ഏവരും വാഴ്ത്തുന്ന ചെറുകാടിന്റെ ആത്മകഥ(*ജീവിതപ്പാത*)യുടെയും ഭൂമിക ഇതേ നാടും മനുഷ്യരുമാണ്. എന്നാൽ, ആത്മകഥയിൽ താനെഴുതിയ കഥാരംഗങ്ങളോ കഥകളിൽ ആത്മകഥാംശങ്ങളോ പ്രത്യക്ഷപ്പെടുന്നില്ല. കഥാപാത്രങ്ങളെല്ലാം ഒന്നിനൊന്നു വ്യത്യസ്തരാണ്. ഒരു കഥാസന്ദർഭവും ആവർത്തനമായി തോന്നുന്നില്ല. ഇത് ഒരെഴുത്തുജീവിതത്തിനു കൈവരാവുന്ന അത്യപൂർവ്വമായ സാഫല്യമാണെന്നറിയാത്ത, സാഹിത്യാഭിരുചി രോഗം പിടിച്ചതാകുന്നു. ചരിത്രത്തെ പുരാണ (Myth) മാക്കുന്നത് സുപരീക്ഷിതവും വിജയം സുനിശ്ചിതവുമായ സാഹിത്യകലയുടെ സഞ്ചാരപഥമാണ്. എന്നാൽ വർത്തമാനകാലത്തെ ഇതിഹാസമാക്കാൻ എളുപ്പവഴികളില്ല. ചെറുകാടാവട്ടെ വിജനവും നിമ്നോന്നതവുമായ വഴികളിലൂടെ രചനയുടെ തേര് ഉരുളുമ്പോഴാണ് ആനന്ദം അനുഭവിച്ചത്. ചെറുകാടിനെയും കെ പി ജി യെയും മാത്രമല്ല 'അത്യാധുനികർ' തള്ളിപ്പറഞ്ഞത്. മുകുന്ദന്റെ മൊഴികളിൽ വെളിപ്പെടുംപോലെ ഇടശ്ശേരിയും വൈലോപ്പിള്ളിയും പുലർത്തിയ കാവ്യാദർശങ്ങളെയും ആക്രമിക്കാനാണ് 'ആധുനികർ' ആയുധങ്ങളുമായി എത്തിയത്.

നവോത്ഥാനവും ദേശീയപ്രസ്ഥാനവും കമ്യൂണിസ്റ്റ്പ്രസ്ഥാനവും ചേർന്നാണു പുതിയ കേരളം സൃഷ്ടിച്ചത്. എന്നാൽ പുരോഗമനസാഹിത്യപ്രസ്ഥാനത്തിനുകൂടി ആ പ്രക്രിയയിൽ ഉജ്ജ്വലമായ പങ്കുണ്ടായിരുന്നു. അപ്പോൾ നവകേരളം നിർമ്മിച്ച, നമ്മെ നാമാക്കിയ പുരോഗമന സാഹിത്യപ്രസ്ഥാനത്തെ കൊല്ലാൻ ശ്രമിക്കുന്നവർ, പിതൃഹത്യക്കു യവനനാടകനായകനെപ്പോലെ സ്വയം ആന്ധ്യം വരിച്ച് ഇരുളിൽ അലയാൻ ശപിക്കപ്പെട്ടവരാകുന്നു.

ഏതു രാഷ്ട്രീയ പ്രചാരകനെയും അതിശയിപ്പിക്കും വിധം സാമൂഹ്യസത്യങ്ങൾ സ്പഷ്ടമായും ശക്തിയായും അതരിപ്പിക്കുന്നതിൽ 'സമകാലികരായ എഴുത്തുകാരുടെ 'സമുജ്ജ്വല സാഹോദര്യം' വഹിച്ച പങ്കിനെ ഇംഗ്ലണ്ടിലെ മദ്ധ്യവർഗ്ഗത്തെക്കുറിച്ച് എഴുതുമ്പോൾ മാർക്സ് വാഴ്ത്തിയിട്ടുണ്ട്. തകഴിയെയും ബഷീറിനെയും പൊറ്റെക്കാട്ടിനെയും പോലുള്ള

എഴുത്തുകാരുടെ സമുജ്ജ്വല സാഹോദര്യം തങ്ങളുടെ സാഹിത്യകലയെ നവകേരള നിർമ്മാണകലയായി വികസിപ്പിച്ചവരാണ്. തൊള്ളായിരത്തി മുപ്പത്തിയേഴിലാണ് കമ്യൂണിസ്റ്റു പാർട്ടിയുടെ കേരള ഘടകം രൂപീകരിക്കുന്നത്. 'അടിയട്ടേ ചെങ്കോലടിയട്ടേ വേഗം/ അരിവാളിൻ കാലമണയട്ടെ' എന്ന് ആ വർഷം തന്നെയാണ് ചങ്ങമ്പുഴ ഒരു കവിതയിൽ എഴുതിയത്. കേവലം രണ്ടു പതിറ്റാണ്ടുകൾ പിന്നിട്ടപ്പോഴേക്ക് കവിയുടെ സ്വപ്നസാക്ഷാൽക്കാരംപോലെ കമ്യൂണിസ്റ്റ്പാർട്ടിക്ക് കേരള ഭരണം കൈവരിക്കുകയും ചെയ്തു. അമ്പരപ്പിക്കുന്ന വേഗത്തിൽ സംഭവിച്ച ഈ മാറ്റത്തിൽ പതറിപ്പോയ സാംസ്കാരികവലതുപക്ഷം എം ഗോവിന്ദന്റെയും സി ജെ തോമസിന്റെയും എം വി ദേവന്റെയുമെല്ലാം നേതൃത്വത്തിൽ സംഘടിതമായ കമ്യൂണിസ്റ്റുവിരുദ്ധ പ്രചാരവേല ആരംഭിച്ചു. കുപ്രസിദ്ധമായ വിമോചനസമരത്തിന്റെ സ്ക്രിപ്റ്റ് രചനയും രംഗസംവിധാനവും അവരാണ് നിർവ്വഹിച്ചത്. ആ വക പ്രവൃത്തികൾക്കെല്ലാം സി ഐ എ യുടെ എല്ലാവിധ സഹായങ്ങളും നിർല്ലോഭം കിട്ടിയിരുന്നു. കേരളത്തിലെ കമ്യൂണിസ്റ്റ്വിരുദ്ധതയുടെ ബൗദ്ധികനിർവ്വാഹക (Conductor) നായ എം ജി എസ് നാരായണൻ വിമോചനസമരത്തിനു 'കൈയയച്ച്' സഹായിച്ചതിന് സി ഐ എയോട് ഈയിടെ പരസ്യമായി നന്ദി പറയുകയുണ്ടായി. മലയാളത്തിലെ 'അത്യാധുനിക' സാഹിത്യത്തിന് സി ഐ എ സ്പോൺസർ ചെയ്ത് കമ്യൂണിസ്റ്റ്വിരുദ്ധ വലതുപക്ഷ പ്രത്യയശാസ്ത്രപ്രവർത്തനങ്ങളുമായി നാഭീനാളബന്ധമുണ്ട്. 'സോഷ്യലിസ്റ്റ് റിയലിസത്തിന് ഒരു മറുപടിയെന്നോണം ഉന്നതാധുനികതയെ വളർത്തിക്കൊണ്ടുവരാനും ധനസഹായം ചെയ്യാനും സി ഐ എ സുപ്രധാനമായും നിഗൂഢവുമായ പങ്കുവഹിച്ചിട്ടുണ്ട് എന്ന് *The Threat to Reason* എന്ന പുസ്തകത്തിലെ (പേജ് 101) ഡാൻഹിൻഡിന്റെ (Danhind) നിരീക്ഷണം കൂടി ഇവിടെ ചേർത്തുവായിച്ചാൽ ഇതൊരു കേരള സവിശേഷമായ പ്രതിഭാസമല്ലെന്നു കാണാൻ കഴിയും.

'മാറ്റം' എന്നതു പുരോഗമന സാഹിത്യത്തിന്റെ കൊടിയടയാളമാണ്. 'മാറ്റുവിൻ ചട്ടങ്ങളേ...' എന്നെഴുതിയ കവിയാണ് ആദ്യത്തെ മലയാള പുരോഗമനസാഹിത്യകാരനെന്ന് ഇ എം എസ് എഴുതിയിട്ടുണ്ട്. എന്നാൽ മാറ്റമില്ലാത്ത അസ്തിത്വം അത്യാധുനികരുടെ ചിരന്തനമായ പ്രമേയമാണ്. രാഷ്ട്രീയനിസ്സംഗതയുടെ പാചകവിധി (Recipe)യാണ് ആധുനിക സാഹിത്യമെന്നും അതു നിലവിലുള്ള വ്യവസ്ഥയുടെ മൂല്യങ്ങളെക്കൂട്ടി മറിക്കുകയല്ല, അനുസരിക്കുകയാണ് എപ്പോഴും ചെയ്യുന്നതെന്നും കലയുടെ അമാനവീകരണം എന്ന പ്രബന്ധത്തിൽ ഓർട്ടീഗാ എഴുതുന്നു. ബഹുവചനം വെടിഞ്ഞ് ഏകവചനത്തെ പരിചരിക്കുന്നവരാണ് ആധുനികർ. മനുഷ്യർക്കും ജനങ്ങൾക്കും പകരം കൂട്ടം തെറ്റിയ ഒറ്റയാന്മാരാണ് അവരുടെ കഥാപാത്രങ്ങൾ. മുതലാളിത്തമല്ല, പേരില്ലാത്ത അരൂപിയായ സമൂഹമാണ്

വ്യക്തിയുടെ ഇച്ഛകളെ ചവിട്ടിയരയ്ക്കുന്നതെന്ന് അവർ കരുതുന്നു. നവോത്ഥാനസാഹിത്യം സാമൂഹ്യമായി അധമവല്ക്കരിക്കപ്പെട്ട കീഴാളരായ സ്ത്രീപുരുഷന്മാരുടെ ഉത്തമവും ഉന്നതവുമായ മാനവികതയെ ഉയർത്തിപ്പിടിക്കുമ്പോൾ അത്യാധുനിക സാഹിത്യകൃതികളിൽ ഏകാകികളും സർവ്വസ്വതന്ത്രരുമായ കഥാനായകന്മാർക്കു ചുറ്റുംകൂടി നില്ക്കുന്ന മുഖമില്ലാത്ത പരിഷകളായി സാധാരണ ജനങ്ങൾ ചിത്രീകരിക്കപ്പെടുന്നു. കീഴാളരെപ്പോലെ സ്ത്രീകളും ആധുനികരുടെ കഥാലോകത്തു ബലമായി അരികിലേക്കു മാറ്റി നിർത്തപ്പെട്ടിരിക്കുന്നു. സ്വജന്മം കുരിശായി പേറിനടക്കുന്ന പുരുഷനായകന്മാരെ പിന്തുടരുന്ന നിഴലുകളോ അവരുടെ ഭോഗതൃഷ്ണകൾ സ്വച്ഛന്ദം മേയുന്ന താഴ്‌വരകളോ ആണ് സ്ത്രീകഥാപാത്രങ്ങൾ. ജോസഫ് കോൺറാഡിന്റെ *ഇരുളിന്റെ ഹൃദയ* (Heart of Darkness) ത്തിൽ അമാനവീകരിക്കപ്പെട്ട ആഫ്രിക്കക്കാരെചൂണ്ടിക്കാട്ടി ഇതു മഹത്തായ സാഹിത്യമാണോ എന്നു ചിന്നു അച്ചബേ രോഷത്തോടെ ചോദിക്കുന്നുണ്ട്. അതേചോദ്യം മലയാളസാഹിത്യത്തിലെ ആധുനികരെയും മുകുന്ദനെപ്പോലുള്ള അതിന്റെ ശേഷിക്കുന്ന വക്താക്കളെയും പിടിച്ചു നിർത്തി ചോദിക്കേണ്ടതുണ്ട്. സാഹിത്യത്തിന്റെ ചരിത്രവല്ക്കരണത്തെയും ചരിത്രത്തിന്റെ പുരോഗതി എന്ന ആശയത്തെയും ആധുനികർ വാശിയോടെ തള്ളിക്കളഞ്ഞു. തകഴിയും ദേവും ബഷീറും ഇടശ്ശേരിയും മറ്റും ജനാധിപത്യവല്ക്കരിച്ച മലയാള സാഹിത്യം കടുത്ത തോതിൽ വലതുപക്ഷവല്ക്കരിക്കുന്നതിനും വരേണ്യവല്ക്കരിക്കുന്നതിനും വഴിയൊരുക്കുകയും ചെയ്തു.

സാഹിത്യത്തിലെ ഈ പ്രതിതരംഗത്തെ ചെറുത്തുതോല്പിക്കാൻ കൂടിയാണ് എഴുപതുകളിൽ ദേശാഭിമാനി സ്റ്റഡിസർക്കിൾ രൂപീകരിച്ചത്. ഇ എം എസും പി ജിയും നേതൃത്വം നല്കിയ സ്റ്റഡിസർക്കിളിന് ഇവിടെ സൃഷ്ടിക്കാൻ കഴിഞ്ഞ സാംസ്കാരിക കാലാവസ്ഥയിലാണ് കടമ്മനിട്ടയെപ്പോലൊരു കവിയും സി വി ശ്രീരാമനെപ്പോലുള്ള കഥാകൃത്തുക്കളും ഉയർന്നുവന്നത്. കടുത്ത കമ്യൂണിസ്റ്റ്‌വിരുദ്ധനായിരുന്ന തായാട്ട് ശങ്കരനെപ്പോലൊരാൾ ഇടതുപക്ഷസഹയാത്രികനാവുന്നത് സ്റ്റഡി സർക്കിളിലൂടെയാണ്. വൈലോപ്പിള്ളിയും സാനുമാഷും എം എൻ വിജയനും സുകുമാർ അഴീക്കോടുമെല്ലാം ആ വിശാല സാംസ്കാരിക പ്രസ്ഥാനത്തിന്റെ ഭാഗമായി മാറി. കടമ്മനിട്ടയെ എം ഗോവിന്ദന്റെയും അയ്യപ്പപ്പണിക്കരുടെയും പിന്മുറക്കാരനായി സ്ഥാനപ്പെടുത്താൻ ചിലർ നടത്തുന്ന കഠിനാദ്ധ്വാനം വെറുതെയാണ്. ആധുനികർ അവജ്ഞയോടെ വലിച്ചെറിഞ്ഞ ഇടശ്ശേരിയുടെയും വൈലോപ്പിള്ളിയുടെയും പുരോഗമന സാഹിത്യത്തിന്റെയും പതാകയാണ് കടമ്മനിട്ട ഉയർത്തിപ്പിടിച്ചത്.

ആധുനികരുടെ ആക്രമണത്തിൽ പുരോഗമനസാഹിത്യപ്രവണതകൾ പൂർണ്ണമായും തകർന്നില്ല. അതു ദേശാഭിമാനി സ്റ്റഡി സർക്കിളിലൂടെ

പു ക സയിലൂടെ ഒക്കെ ചെറുത്തുനില്ക്കുകയും പിടിച്ചുനില്ക്കുകയും ചെയ്തു. തുടർന്ന് കേരളത്തിലെ സാംസ്കാരിക വലതുപക്ഷം, എലിയെ കൊല്ലാൻ ഇല്ലം ചുടുംപോലെ പുരോഗമനസാഹിത്യത്തെ ഒറ്റപ്പെടുത്തി വേട്ടയാടാൻ ആവില്ലെങ്കിൽ സാഹിത്യത്തെ മുച്ചൂടും മുടിപ്പിക്കാൻ പദ്ധതികൾ ആരായുകയുണ്ടായി. ആധുനികർ സാഹിത്യത്തെ വരേണ്യവല്ക്കരിക്കുകയും വായനക്കാരെ അന്യവല്ക്കരിക്കുകയും ചെയ്തു. ഇങ്ങനെ അവഗണിക്കപ്പെട്ട അനുവാചകർ പൊള്ളയായ ജനപ്രിയ സാഹിത്യത്തിന്റെ ഉപഭോക്താക്കളായി. ആധുനിക സാഹിത്യം ഉത്തരാധുനിക സാഹിത്യമായതോടെ സാഹിത്യത്തിനും സാഹിത്യേതരമായ എഴുത്തിനുമിടയ്ക്കുള്ള അതിർത്തി മാഞ്ഞുപോകാൻ തുടങ്ങി. തന്റെ ഒരു കഥയിൽ 'അശ്ലീല'മുണ്ടെന്ന് ആക്ഷേപിച്ച ഒരു വായനക്കാരനോട് ആ കഥ പ്രസിദ്ധം ചെയ്ത വാരികയിൽ അച്ചടിച്ച 'നിരോധി'ന്റെ പരസ്യം ചൂണ്ടിക്കാട്ടി, 'അത് അശ്ലീലമല്ലേ' എന്നു തിരിച്ചു താൻ ചോദിച്ചുവെന്ന് മുകുന്ദൻ മേൽപ്പടി 'മലയാളം' അഭിമുഖത്തിൽ പറയുന്നുണ്ട്. ഒരെഴുത്തുകാരൻ തന്റെ കഥയെ 'നിരോധി'ന്റെ പരസ്യവുമായി നിർലജ്ജം തുലനം ചെയ്യുന്നതാണ് നാമിവിടെ കണ്ടത്. 'ലോകത്തിൽ അറിയപ്പെട്ടതിലും പറയപ്പെട്ടതിലും അത്യുത്തമമായതാണ് സാഹിത്യമെന്ന മാത്യു ആർണോൾഡിന്റെ വാക്കുകളെ വിസ്മരിക്കാം. എന്നാൽ എഴുതപ്പെട്ട വാക്യം ജീവിതത്തിന്റെ സമസ്ത തലങ്ങളിലും മുഴക്കങ്ങൾ സൃഷ്ടിക്കുന്നില്ലെങ്കിൽ അതു നിരർത്ഥകമാണ്' എന്നു പറഞ്ഞ 'സാർത്രി' നെ എം മുകുന്ദനെങ്കിലും മറക്കരുതായിരുന്നു. ആധുനികർ ജീവിതത്തിന്റെ നിരർത്ഥകതയെക്കുറിച്ചാണ് നിരന്തരം എഴുതിയത്. ഉത്തരാധുനികരാവട്ടെ സഞ്ചരിച്ചെത്തിയത് സാഹിത്യത്തിന്റെ നിരർത്ഥകതയിലാണ്. സാഹിത്യമെന്ന മഹാഖ്യാനത്തിന്റെ വിശ്വാസ്യതയാണ് ഇവരെല്ലാം ചേർന്നു കുഴിച്ചുമൂടിയത്.

മനുഷ്യനെ ഇന്നു കൂട്ടിയിണക്കുന്നതു സംസ്കാരമല്ല. കമ്പോളമാണ് സാമൂഹ്യ ഉപയോഗമല്ല, വൈയക്തികലാഭമാണ് ഉല്പാദനത്തിന്റെ ഏക ലക്ഷ്യം. ഉല്പാദനപ്രക്രിയയെ ഉത്തേജിപ്പിക്കുന്നത്. വിപണിയിലെ വിലകളുടെ ഉയർച്ച താഴ്ചകളാണ്. ഏതെങ്കിലും മാനുഷികമൂല്യങ്ങളുടെ ഉത്ഥാനപതനങ്ങളല്ല. സമൂഹത്തിന്റെ സാമ്പത്തിക ജീവിതവുമായി സംസ്കാരം പൂർണ്ണമായും ഉദ്ഗ്രഥിക്കപ്പെട്ടിരിക്കുന്നു. എക്കാലത്തും അതിനുണ്ടായിരുന്ന ആപേക്ഷികമായ സ്വാതന്ത്ര്യം നഷ്ടമായിക്കഴിഞ്ഞു. ഏറ്റവുമധികം മൂലധന നിക്ഷേപമുള്ള, ലാഭംകൊയ്തു കൂട്ടുന്ന വ്യാവസായമായി സംസ്കാരം രൂപാന്തരപ്പെട്ടിരിക്കുന്നു. സംസ്കാരവ്യവസായം (Culture industry) സൃഷ്ടിക്കുന്നത് ആൾക്കൂട്ട സംസ്കാര (Man culture) ത്തിന്റെ ആത്മീയ മരുഭൂമികളാണ്. അവിടെ തഴച്ചുവളരുന്നത് നവയാഥാസ്ഥിതികത്വവും പുത്തൻ മതപരതയും വർഗ്ഗീയതയുമാണ്.

മനുഷ്യജീവിതത്തിന്റെ സർവ്വതലങ്ങളിലും പുലർന്ന മതത്തിന്റെ അധീശത്വത്തെ തകർത്തുകൊണ്ടാണ് പ്രബുദ്ധത (englightenment)യുടെ യുഗം പിറന്നത്. മതം പരാജയപ്പെട്ട് പിൻവാങ്ങിയപ്പോൾ ആ സ്ഥാന ത്തേക്കു സാഹിത്യം കയറിവരികയായിരുന്നു. ഒട്ടും പ്രത്യക്ഷമായല്ലാതെ അതീവ പരോക്ഷമായ ഇടപെടലിലൂടെ, ബിംബങ്ങളിലൂടെ, പ്രതീകങ്ങ ളിലൂടെ, വിശ്വാസങ്ങളിലൂടെ, അനുഷ്ഠാനങ്ങളിലൂടെ, മിത്തുകളിലൂടെ വിവിധ വർഗ്ഗങ്ങളെയും വിഭാഗങ്ങളെയും തമ്മിൽ ചേർക്കുന്നതിൽ ഏറെ വിജയം വരിച്ച പ്രത്യയശാസ്ത്രമാണ് മതം. ഈ ദൗത്യമാണ് പിന്നീട് സാഹിത്യം കൈകാര്യം ചെയ്യാൻ തുടങ്ങിയത്. 'ദൈവം കൈവിട്ടു കളഞ്ഞ ലോകത്തിന്റെ ഇതിഹാസമാണ് നോവൽ' എന്നെഴുതുമ്പോൾ ലുക്കാച്ച് (Gerog Lukacs) വിവക്ഷിച്ചതും ഇതൊക്കെത്തന്നെയായിരുന്നു. എന്നാൽ ഇന്ന് 'നോവൽ (സാഹിത്യം) കൈവിട്ടു കളഞ്ഞ ലോകത്തിലേക്ക് (ആൾ) ദൈവങ്ങളും മതങ്ങളും പുരോഹിതന്മാരും തിരിച്ചുവന്ന് ഭരണം തുടങ്ങി യിരിക്കുന്നു.

ചരക്കുല്പാദനത്തിനു പകരം പ്രകൃതിസമ്പത്ത് അതേപടി കൈവ ശപ്പെടുത്തി വിറ്റുതുലയ്ക്കുന്ന (വിറ്റൊഴിക്കൽ വില്പന!) തിലാണ് നവ മുതലാളിത്തം അഭിരമിക്കുന്നത്. വിനാശകരമായ ഈ പ്രവണത സാഹി ത്യമെഴുത്തിനെയും സ്വാധീനിച്ചു കഴിഞ്ഞിരിക്കുന്നു. എഴുത്തുകാർ സ്വാനു ഭവങ്ങളെ കഥയും കവിതയും നോവലുമായി പാകം ചെയ്യാതെ പച്ചയ്ക്ക് ആത്മകഥയോ ഓർമ്മക്കുറിപ്പോ അനുഭവാഖ്യാനങ്ങളോ ആയി എഴുതി വരുന്നു. നമ്മുടെ പ്രമുഖ വാരികകളിൽ എഴുത്തുകാരുടെ നോവലുകള ല്ല, ആത്മകഥകളാണ് ഖണ്ഡശ്ശകളായി പ്രസിദ്ധപ്പെടുത്തുന്നത്. സാഹി ത്യവും ഭാഷയും പരസ്പര പൂരകങ്ങളാണ്. സാഹിത്യം നശിച്ചാൽ താമ സിയാതെ ഭാഷയുടെയും മരണവും സംഭവിക്കും. ഒരു ജനതയെ നിശ്ശ ബ്ദരാക്കാൻ അവരുടെ ഭാഷയെ നശിപ്പിച്ചാൽ മതി എന്ന് അധികാരി വർഗ്ഗ ത്തിനു നന്നായി അറിയാം. മിടുക്കന്മാരായ നമ്മുടെ കുട്ടികളിൽ മഹാഭൂ രിപക്ഷത്തിനും മലയാളം എഴുതാനും വായിക്കാനുമറിയില്ല. മാതൃഭാഷാ പഠനമേഖലയിൽ കുറ്റകരമായ ഉദാസീനതയാണു പുലരുന്നത്. പത്രങ്ങ ളിലും ആനുകാലികങ്ങളിലും ദൃശ്യമാധ്യങ്ങളിലും സാഹിത്യം സമ്പൂർണ്ണ മായും തിരസ്കരിക്കപ്പെട്ടിരിക്കുന്നു.

യാന്ത്രിക പുനരുല്പാദന (Mechanical Reproduction)ത്തിന്റെ യുഗ ത്തിൽ കലയ്ക്കു മുൻപുണ്ടായിരുന്ന ദിവ്യപരിവേഷം (Aura) പൊഴിഞ്ഞു പോകുമെന്നും കലാണ്ഡലം, ജനാധിപത്യവല്ക്കരിക്കപ്പെടുമെന്നും വാൾട്ടർ ബഞ്ചമിൻ (Walter Benjamin) പ്രതീക്ഷിച്ചിരുന്നു. എന്നാൽ കല യിൽ ജനാധിപത്യം പുലരുകയല്ല. അത് കമ്പോളവല്ക്കരിക്കപ്പെടുകയാണ് ചെയ്തത്. സംഗീതം പോലുള്ള സാഹിത്യേതരകലകൾ കമ്പോളവുമായി സമ്പൂർണ്ണമായും ഉദ്ഗ്രഥിക്കപ്പെട്ടിരിക്കുന്നു. ദൃശ്യമാധ്യമങ്ങൾ കലയുടെ

ഒരു ആഗോളവിപണിതന്നെ തുറന്നുവച്ചിരിക്കുന്നു. ജീവിതത്തെക്കുറിച്ചുള്ള ഉൾക്കാഴ്ച (insight) നല്കുന്നതിനുപകരം കമ്പോളവുമായി കണ്ണിച്ചേർക്കപ്പെട്ട കലകൾ വെറും കാഴ്ച (spectacle)കളായി വെട്ടിച്ചുരുക്കപ്പെട്ടിരിക്കുന്നു. സമൂഹത്തിന്റെ രാഷ്ട്രീയസാമ്പത്തികഘടനയ്ക്ക് വ്യവസ്ഥ (System) എന്നും സംസ്കാരഘടനയ്ക്ക് 'ജീവിതലോക' (lifeworld) മെന്നും ഹേബർ മാസ് (J Hebermas) പേരിടുന്നുമുണ്ട്. വ്യവസ്ഥയുടെ അധീശത്വത്തെ ചെറുക്കാനുള്ള അന്തർല്ലീനമായ ശക്തി ജീവിതലോകത്തിനുണ്ടായിരുന്നുവെന്നും എന്നാൽ വ്യവസ്ഥ ജീവിതലോകത്തെ കോളനിവല്ക്കരിച്ചിരിക്കുന്നുവെന്നും ഹേബർ മാസ് പറയുന്നു. ജീവിതലോകത്തിനകത്ത് സംസ്കാര വ്യവസായം കയറി കൊടിനാട്ടാത്ത കൊടുമുടിയായി സാഹിത്യം ഇപ്പോഴും അവശേഷിക്കുന്നുണ്ട്. സാഹിത്യത്തെ, ഇതരകലകളെപ്പോലെ പോറ്റുകയല്ല കൊന്നുതിന്നുകയാണ് ലാഭമെന്നു സംസ്കാര വ്യവസായം തിരിച്ചറിഞ്ഞിരിക്കുന്നു. കൊല്ലുന്നതിനും തിന്നുന്നതിനും ഇടയ്ക്കുള്ള ഇടവേളയിലാണ് സാഹിത്യചരിത്രം അതിന്റെ അന്തിമങ്ങൂഴത്തിലാണ്, ഇപ്പോൾ വന്നുനില്ക്കുന്നത്.

എന്നാൽ ആർക്കും ഒന്നിനും സമ്പൂർണ്ണമായി കൊല്ലാനോ തിന്നാനോ കഴിയാത്ത ഒന്നാണു സാഹിത്യം. സാമൂഹ്യബോധത്തിൽ അധികാരത്തിനനുകൂലവും പ്രതികൂലവുമായ ഭിന്നപ്രത്യയശാസ്ത്രങ്ങളുടെ സമരവും സംഘർഷവും നടക്കുന്നുണ്ട്. സാഹിത്യം ഇതിൽ ഇടപെട്ട് ലളിതമായി കക്ഷി ചേരുകയല്ല ചെയ്യുന്നത്. പരസ്പരം ഏറ്റുമുട്ടുന്ന വിരുദ്ധവീക്ഷണങ്ങളെ ഇണക്കിച്ചേർക്കാൻ അതിനു കഴിയും. കല അധീശപ്രത്യയശാസ്ത്രങ്ങളുടെ ലക്ഷ്മണരേഖകൾ ഉല്ലംഘിക്കാറുണ്ട്. പ്രത്യയശാസ്ത്രം മറച്ചുവച്ച യാഥാർത്ഥ്യത്തെ അതു വെളിപ്പെടുത്തുമെന്ന് *കല പ്രത്യയശാസ്ത്രത്തിനെതിരെ* (Art against Ideology) എന്ന പുസ്തകത്തിൽ ഏണസ്റ്റ് ഫിഷർ രേഖപ്പെടത്തുന്നുണ്ട്.

മലയാള വിമർശനത്തിന്റെ കുലപതിയായിരുന്ന കുട്ടികൃഷ്ണ മാരാർ *കല ജീവിതംതന്നെ* എന്നൊരു പുസ്തകം എഴുതിയിട്ടുണ്ട്. എന്നാൽ കല ഒരിക്കലും ജീവിതമല്ല. പ്രത്യയശാസ്ത്രത്തിനകത്താണു ജീവിതം ജീവിക്കുന്നത്. അതുകൊണ്ട് ജീവിതത്തിന് 'മിഥ്യ' (Illusion) എന്നും പ്രത്യയശാസ്ത്രത്തിന്റെ പരിമിതികളെ മറികടക്കുന്ന കലയെ 'കല്പന' (Fiction) എന്നും പിയറി മഷേറെ (Pierre Macherey) വിളിക്കുന്നു. റഷ്യൻ കലാചിന്തകനായ മിഖായേൽ ബഖ്തിൻ (Mikhail Bukhin) സാഹിത്യകലയെ, വിശിഷ്യാ നോവലിനെ 'കാർണിവെൽ' (Carnival) ന്റെ ഘടനയോടു തുലനപ്പെടുത്തിയിട്ടുണ്ട്. സമൂഹത്തിൽ നിലവിലുള്ള മൂപ്പിളമകളും അധികാരഘടനകളും കാർണിവെൽ തുടങ്ങിയൊടുങ്ങുംവരെ സ്വയം റദ്ദാവുന്നു. കളിയിൽ ബാപ്പ മോനാവുന്നതുപോലെ നോവലിനകത്ത് സാഹിത്യശില്പത്തിനുള്ളിൽ എല്ലാ മേൽകീഴ് ബന്ധങ്ങളും അട്ടിമറിക്കപ്പെടു

ന്നു. ഈ സവിശേഷതയുള്ളതുകൊണ്ടാണ്, സാഹിത്യം ആത്യന്തികമായി വിധ്വംസകമാണെന്ന് ഹെർബർട്ട് മാർക്യൂസ് (Herbert Marcuse) പറഞ്ഞത്. ജീവിതത്തിൽ കടുത്ത മതവിശ്വാസിയും യാഥാസ്ഥിതികനും പ്രഭുകുലജാതനുമായ ടോൾസ്റ്റോയിയുടെ കല റഷ്യൻ വിപ്ലവത്തിന്റെ കണ്ണാടിയായിത്തീർന്നതിനു കാരണം ഇതൊക്കെത്തന്നെയാണ്. അപ്പോൾ എഴുത്തുകാരന്റെ രാഷ്ട്രീയമായ പ്രതിബദ്ധത മഹത്തായ സാഹിത്യസൃഷ്ടിയുടെ മൂന്നുപാധിയല്ല. എന്നാൽ, ബോധപൂർവ്വമായ രാഷ്ട്രീയനിലപാടും മഹത്തായ കലാസൃഷ്ടിയും നൈസർഗ്ഗികമായി യോജിക്കുന്ന കലയിലെ ചില നേരങ്ങൾ ഉണ്ട്. കല കമ്പോളവല്കരിക്കപ്പെടുകയും അതു നിസ്സാരവും വന്ധ്യവും ആകുകയും സാഹിത്യം പ്രാന്തവല്ക്കരിക്കപ്പെടുകയും ചെയ്യുന്ന നമ്മുടെ കാലം ചിലപ്പോൾ അത്തരത്തിലൊന്നായി മാറിയേക്കാം. അതുകൊണ്ട് സംസ്കാരത്തെ സാഹിത്യവല്ക്കരിക്കുകയും സാഹിത്യത്തെ കലാപഭരിതമാക്കുകയും (Carnivalise) ചെയ്യാനുള്ള സന്ദർഭം ഇതാണെന്നുതന്നെ തോന്നിപ്പോകുന്നു.

6

മാരാരും പുരോഗമനസാഹിത്യവും

കേരളസാഹിത്യത്തിൽ ഇടക്കാലത്ത് കയറിക്കൂടി ആധിപത്യം നേടാനൊരുമ്പെട്ട പുരോഗമനസാഹിത്യപ്രവണതയോട് മാരാർ മിക്കവാറും ഏകാകിയായി പടവെട്ടുകയുണ്ടായെന്ന സുകുമാർ അഴീക്കോടിന്റെ നിരീക്ഷണം '*കല ജീവിതം തന്നെ*' എന്ന പുസ്തകത്തിലെ മാരാരെ മനസ്സിലാക്കുക എന്ന അവതാരിക) മാരാരെ മനസ്സിലാക്കാൻ സഹായിക്കുമെന്ന് തോന്നുന്നില്ല. സാഹിത്യത്തിലെ പുരോഗമനപ്രവണതയോട് ഒറ്റയ്ക്ക് അങ്കംവെട്ടിയ കടുത്ത യാഥാസ്ഥിതികനായ വിമർശകനാണ് മാരാർ എന്ന് അഴീക്കോട് വിവക്ഷിക്കുന്നുണ്ടെങ്കിൽ അദ്ദേഹത്തിന് തെറ്റ് പറ്റിയെന്ന് പറയാതെ വയ്യ.

ഒരു കാര്യം ശരിയാണ്. മാരാർ മറ്റാരേക്കാളുമധികം നിരന്തരമായും നിശിതമായും പുരോഗമനസാഹിത്യസംഘടന മുന്നോട്ട് വച്ച വാദങ്ങളെയും യുക്തികളെയും സാഹിത്യസങ്കല്പങ്ങളെയും എതിർത്തു പോരുകയുണ്ടായി. എന്നാൽ, ആ യുദ്ധങ്ങളിൽ അദ്ദേഹത്തിന് ഏകപക്ഷീയമായ വിജയം കൈവന്നുവെന്ന് തോന്നുന്നില്ല. മാത്രമല്ല, പലപ്പോഴും പുരോഗമനസാഹിത്യത്തെ നേരിടുമ്പോൾ പുറത്തുവന്നത് മാരാരുടെ ബലങ്ങളേക്കാൾ ദൗർബല്യങ്ങളായിരുന്നു.

കല കലയ്ക്ക് വേണ്ടിയോ ജീവിതത്തിനുവേണ്ടിയോ എന്ന വിതണ്ഡവാദം ഒരുകാലത്ത് ഇവിടെ തൊഴുക്കുകയുണ്ടായി. ഇതിൽ ഇടപെട്ട് കല ജീവിതംതന്നെ എന്ന് തീർപ്പ് കല്പിച്ച മാരാർ തന്റെ കലാജീവിതാഭേദവാദത്തിൽ ഉറച്ചുനിന്നുകൊണ്ടാണ് പുരോഗമനസാഹിത്യപ്രസ്ഥാനത്തെ നേരിട്ടതെന്ന് അഴീക്കോട് പറയുന്നത് ശരിയാണെങ്കിൽ, മാരാർ

കാലൂന്നിനില്ക്കുന്ന അടിസ്ഥാനംതന്നെ അടിയുറപ്പില്ലാത്തതല്ലേ? കല ജീവിതംതന്നെ ആണെങ്കിൽ പിന്നെ കലയുടെ പ്രസക്തിയെന്താണ്? അത് ജീവിതമല്ല. ജീവിതത്തിന്റെ പരിമിതികളെവെന്നുയരാനുള്ള മനുഷ്യന്റെ മനോതന്ത്രമാണെന്നതല്ലേ വാസ്തവം. ജീവിതം മിഥ്യ(illusion) ആവുമ്പോൾ കല, കല്പന (Fiction) ആണെന്ന് പിയറി മഷേറെ. ജീവിതം ജീവിക്കുന്നത് പ്രത്യയശാസ്ത്ര (ideology) ത്തിനകത്തുവച്ചാണ്. പ്രത്യയശാസ്ത്രമാകട്ടെ അസ്തിത്വത്തിന്റെ യാഥാർത്ഥ്യത്തെ, സമൂഹത്തിന്റെ സത്യത്തെ തിരിച്ചറിയുന്നതിൽനിന്ന് ആളുകളെ തടയുന്നു. എന്നാൽ കല, പ്രത്യയശാസ്ത്രത്തിന്റെ നിയന്ത്രണങ്ങളെ ഉല്ലംഘിക്കുന്നു. പ്രത്യയശാസ്ത്രം സൃഷ്ടിക്കുന്ന മിഥ്യാബോധത്തെ മറികടക്കുന്നു.

'പുരോഗമനസാഹിത്യത്തിന്റെ പരമലക്ഷ്യം സാഹിത്യത്തിന്റെയും സാഹിത്യകാരന്മാരുടെയും പുരോഗതി മാത്രമായിരിക്കണ (കല ജീവിതം തന്നെ)മെന്ന് മാരാർ ആശിക്കുന്നു. നല്ല സാഹിത്യം തെരഞ്ഞെടുത്ത് പൊതുജനങ്ങളുടെ ഇടയിൽ പ്രചരിപ്പിച്ച് അവരുടെ സാഹിത്യാഭിരുചിയെ വളർത്തുക. അത് ദുഷിച്ചുപോകാതെ സൂക്ഷിക്കുക, സാഹിത്യകാരന്മാർക്ക് ഭൗതികവും മാനസിവുമായ പ്രോത്സാഹനം നല്കുക ഇതൊക്കെയാണ് പുരോഗമനസാഹിത്യസംഘടനയുടെ കർത്തവ്യങ്ങളെന്ന് അദ്ദേഹം കരുതുന്നു. എന്നാൽ പുരോഗമനസാഹിത്യസംഘടന സാഹിത്യപുരോഗതിയെക്കുറിച്ചല്ല, സാഹിത്യംകൊണ്ടുള്ള സമൂഹത്തിന്റെ പുരോഗതിയെക്കുറിച്ചാണ് സദാ ചിന്തിച്ചത്. ഈ നിലപാട് മാരാർക്ക് ഒട്ടും പഥ്യമല്ലായിരുന്നു. സാഹിത്യരചനയിലൂടെ സാമൂഹത്തിൽ മാറ്റമുണ്ടാവുമെന്ന വാദം തന്നെ മാരാർക്ക് സ്വീകാര്യമായിരുന്നില്ല. കേരളത്തിലെ അയിത്തത്തെയും ജാതിഭേദത്തെയും അധിക്ഷേപിച്ചുകൊണ്ട് ആശാൻ മുതൽപേർ എത്രയെല്ലാം കൃതികളെഴുതി എന്നിട്ടിപ്പോഴും ജാതിപ്രഭാവം നിലനില്ക്കുന്നുണ്ടല്ലോ എന്ന് മാരാർ പറയുന്നതിനോട് ഇന്നാരും യോജിക്കുമെന്ന് തോന്നുന്നില്ല. ആശാൻ *ദുരവസ്ഥ*യും *ചണ്ഡാലഭിക്ഷുകി*യും മറ്റും എഴുതിയിരുന്ന കാലത്തുണ്ടായിരുന്ന കേരളം കണ്ടാലറിയാത്ത വിധം മാറിപ്പോയെന്നും ആ മാറ്റങ്ങൾക്ക് മലയാളകവിതയും സാഹിത്യവും ചെറുതല്ലാത്ത പങ്കു വഹിച്ചിട്ടുണ്ടെന്നും ഏവർക്കുമിപ്പോൾ ബോദ്ധ്യമുള്ള കാര്യങ്ങളാണ്.

നല്ല സാഹിത്യം തെരഞ്ഞെടുത്ത് പൊതുജനങ്ങളുടെ ഇടയിൽ പ്രചരിപ്പിക്കുക, അവരുടെ സാഹിത്യാഭിരുചിയെ വളർത്തിക്കൊണ്ടുവരിക തുടങ്ങിയവയായിരിക്കണം പു സാ സംഘടനകളുടെ ലക്ഷ്യങ്ങളെന്ന മാരാരുടെ വാദം (*കല ജീവിതം തന്നെ* എന്ന പുസ്തകം) പുരോഗമനസാഹിത്യത്തിനു മാത്രമല്ല ആർക്കും സമ്മതമാവില്ല. സാഹിത്യം നല്ലതേതെന്ന് നിശ്ചയിക്കാൻ പ്രത്യേക അവകാശമുള്ളവർ ആരാണ്? അതിന്റെ മാനദ

ണ്ഡങ്ങൾ എന്തൊക്കെയാണ്? ഇങ്ങനെ സാഹിത്യത്തിന്റെ നന്മതിന്മകൾ നിർണ്ണയിച്ച് നല്കുന്ന ഒരു വരേണ്യവർഗ്ഗമുണ്ടെന്നും അവർ തെരഞ്ഞെടുത്ത് നല്കുന്നത് ചോദ്യം ചെയ്യാതെ സ്വീകരിക്കുന്ന ശിശുക്കളാണ് വായനാ സമൂഹമെന്നും പറഞ്ഞാൽ തരിമ്പെങ്കിലും ജനാധിപത്യബോധമുള്ള ആരെങ്കിലും അതംഗീകരിക്കുമോ? എഴുത്തുകാർക്ക് എഴുതുമ്പോൾ ചില ലക്ഷ്യങ്ങളുണ്ടാവും. എന്നാൽ എഴുതിക്കഴിയുന്നതോടെ വായനയെ നിയന്ത്രിക്കാൻ, അർത്ഥത്തെ നിർണ്ണയിക്കാൻ അവർക്കുപോലും കഴിയില്ല. വായനക്കാർ പുസ്തകത്തെയും പുസ്തകം വായനക്കാരനെയും സൃഷ്ടിക്കുകയും പുനസൃഷ്ടിക്കുകയും ചെയ്യുന്നു. എഴുത്തുകാരനും കൃതിക്കും വിമർശകർക്കും നിലവിലുള്ള സാഹിത്യാഭിരുചികൾക്കും വിധേയമാവുന്ന (Sub Servient) വായനയും ഈ അധികാരഘടനകളെ മുഴുവൻ അട്ടിമറിക്കുന്ന (Sub versive) വായനയും ഉണ്ട്. വായനയുടെ ഈ രണ്ടാമത്തെ വഴിയിലൂടെയാണ് തന്റെ മൗലിക കൃതികൾ എഴുതുമ്പോഴൊക്കെ മാരാർ സഞ്ചരിച്ചത്. അദ്ദേഹം മറ്റാരുടെയോ കുറിപ്പടി (Recepi)ക്കൊത്ത് പാകം ചെയ്യുകയല്ല. സ്വന്തമായൊരു പാചകവിധി വികസിപ്പിക്കുകയാണ് ചെയ്തത്.

പൊതുജനങ്ങൾക്ക് നല്ല സാഹിത്യം തെരഞ്ഞെടുത്ത് വിളമ്പുകയാണ് പു സാ സംഘടന ചെയ്യേണ്ടതെന്ന സ്വന്തം നിലപാടിനെ 'നിഷ്പക്ഷ നിരൂപണം' എന്ന തന്റെ തന്നെ മറ്റൊരു പ്രബന്ധത്തിൽ അദ്ദേഹം തിരുത്തുന്നുണ്ട്. സാഹിത്യനിരൂപകരൊക്കെ ഇങ്ങനെ പക്ഷപാതികളാകയാൽ അവർ മുഖേന കാവ്യത്തിന്റെ ഗുണദോഷമറിയാൻ കാത്തിരിക്കുന്ന സാധാരണക്കാർ വഴിപിഴയ്ക്കപ്പെടില്ലേ? അതിന് മാത്രം അവരെന്തു പിഴച്ചു? എന്നൊരു പൂർവ്വപക്ഷമുന്നയിച്ച്, അതിന് മറുപടിയായി, അങ്ങനെ നല്ല കൃതികളേതെന്നാരായാൻ നിരൂപകമുഖം നോക്കിയിരിക്കുന്ന ഒറ്റ മനുഷ്യജീവിയുമില്ലെന്നും സാഹിത്യാദികലകളുടെ കാര്യത്തിൽ 'സാധാരണക്കാർ ഏതു വമ്പൻ നിരൂപകനെയും ഏറെയൊന്നും വകവയ്ക്കുകയില്ലെന്നും മാരാർ പറയുന്നു. ഇങ്ങനെ പുരോഗമനസാഹിത്യസംഘടനയ്ക്കും സാഹിത്യത്തിനും എതിരെ ഒരിടത്ത് താൻ ഉന്നയിക്കുന്ന വാദങ്ങൾ മറ്റൊരിടത്ത് സ്വയം റദ്ദാക്കുന്ന സന്ദർഭങ്ങൾ മാരാരുടെ കൃതികളിൽ സമൃദ്ധമായുണ്ട്.

ഒരു സാഹിത്യസംഘടനയുടെ കർത്തവ്യം എഴുത്തുകാരുടെ ആശയങ്ങളിൽ കടിഞ്ഞാണിട്ടു പിടിക്കുകയല്ലെന്നും അങ്ങനെ ചെയ്താൽ സാഹിത്യവും സംഘടനയും രണ്ടും നശിക്കുമെന്നും അദ്ദേഹം അഭിപ്രായപ്പെടുന്നു. എന്നാൽ അതേ പ്രബന്ധത്തിൽ തൊട്ടപ്പുറത്ത് നാം ജാപ്പുവിരോധകൃതികൾക്കുവേണ്ടി അത്രയേറെ വെമ്പൽ കൊള്ളേണ്ടതില്ലെന്നും ജാപ്പുവിരോധമോ റഷ്യാഭക്തിയോ പാകിസ്ഥാനോ അഖണ്ഡഹിന്ദു

സ്ഥാനോ ഒന്നും സാഹിത്യത്തിന് വിഷയമാകരുതെന്നും പറഞ്ഞുകൊണ്ട് എഴുത്തുകാരുടെ ആശയങ്ങളെ കടിഞ്ഞാണിട്ടുപിടിക്കാൻ സ്വയം സന്നദ്ധനാവുന്നു. ഇങ്ങനെ ആർക്കും ഉപദർശിക്കാവുന്ന വൈരുദ്ധ്യങ്ങളും പൊരുത്തക്കേടുകളും യുക്തിഭംഗങ്ങളും പുരോഗമനസാഹിത്യപ്രവണതകളോട് 'ഏകാകിയായി പടവെട്ടു'ന്നിടത്തൊക്കെ മാരാർ സാഹിത്യത്തിൽ പ്രത്യക്ഷപ്പെടുന്നുണ്ട്.

*കന്നിക്കൊയ്ത്തി*ന് മാരാർ എഴുതിയ അവതാരിക ഏറെ പ്രസിദ്ധമാണ്. വൈലോപ്പിള്ളിയുടെ ചെലവിൽ പുരോഗമനസാഹിത്യത്തെ താഡിക്കാനും തൊഴിക്കാനും അദ്ദേഹം അത്യുല്സാഹം കാട്ടുന്നുണ്ട്. 'പാടുകയാണവർ പാലാട്ടു കോമന്റെ/നീടുറ്റവാളിൻ നിണപ്പുഴകേളികൾ/ആരാണ് വീറോടെ പോരാടുമിരുണ്ടു/പോരാളിമാർകളെപ്പാടിപ്പുകഴ്ത്തുവാൻ" എന്ന വരികൾ ഉദ്ധരിച്ച "പ്രഭുവർഗ്ഗത്തിനും തൊഴിലാളിവർഗ്ഗത്തിനും തമ്മിൽ തീരാപ്പക വളർത്തുകയാണ് സാഹിത്യകാരന്റെ ധർമ്മമെന്ന് തൊണ്ടപൊട്ടിച്ചു വാദിക്കുന്ന സാഹിത്യകക്ഷിയുമായി രാജിയാവാൻ ഒരു വഴിയുമില്ലെന്ന് മാരാർ എഴുതുന്നു. വൈലോപ്പിള്ളിയുടെ പ്രസ്തുത കവിത (പടയാളികൾ) ആദ്യം പ്രസിദ്ധീകരിക്കുന്നത് ജീവൽസാഹിത്യസംഘം രൂപീകരിക്കുന്നതിന് ഒരു വർഷം മുൻപാണ്. പാലാട്ട് കോമനെപ്പറ്റി പാടുന്നത് നിർത്തി പണിയെടുക്കുന്നവരുടെ വീരാപദാനങ്ങൾ പാടാൻ പറയുന്ന ആ കവിത പുരോഗമനസാഹിത്യത്തിന്റെ പുലർകാലനക്ഷത്രമാണ്. കുമാരനാശാനുശേഷം മലയാളകവിത തളർന്നിരിക്കുകയാണെന്നും ആ തളർച്ചയിലുള്ള ചില ബാലിശവിനോദങ്ങൾ മാത്രമാണ് പുരോഗമന സാഹിത്യപ്രസ്ഥാനമെന്നും നമ്മുടെ സാഹിത്യം പുരോഗമിക്കുന്നത് മറ്റൊരു വഴിക്കായിരിക്കുമെന്നും ആ വഴിവെട്ടുന്ന ബലിഷ്ഠഹസ്തങ്ങളിൽ മുഖ്യമായ ഒന്ന് വൈലോപ്പിള്ളിയുടേതായിരിക്കുമെന്നും *കന്നിക്കൊയ്ത്തി*ന്റെ മുഖമൊഴിയിൽ മാരാർ ദൈവജ്ഞനെപ്പോലെ ദീർഘദർശനം ചെയ്യുന്നു. എന്നാൽ മാരാരെഴുതിയ ജാതകക്കുറിപ്പനുസരിച്ചല്ല വൈലോപ്പിള്ളിയുടെ കാവ്യജീവിതം മുന്നോട്ട് പോയത്. പുരോഗമന പ്രസ്ഥാനങ്ങൾക്കെതിരായ വഴിവെട്ടുകയല്ല. പുരോഗമന സാഹിത്യത്തിന്റെ വഴികാട്ടിയാവുകയാണ് തന്റെ ദൗത്യമെന്ന് വൈലോപ്പിള്ളി തിരിച്ചറിയുകയുണ്ടായി. 'പുരോഗമന കലാസാഹിത്യസംഘ'ത്തിന്റെ അദ്ധ്യക്ഷപദവി സ്വീകരിച്ചത് തികച്ചും സ്വാഭാവികവും നീക്കുപോക്കില്ലാത്തതുമായ തന്റെ ഒരു നിയോഗമായി അദ്ദേഹം കരുതുകയും ചെയ്തു.

എന്നാൽ ഈ പറഞ്ഞുവന്നതിന്റെയൊക്കെ അർത്ഥം പുരോഗമന സാഹിത്യപക്ഷം പൂർണ്ണമായും ശരിയായിരുന്നു എന്നോ, മാരാരടക്കമുള്ള അതിന്റെ എതിരാളികൾക്ക് മാത്രമാണ് പിശകും പിഴവും പറ്റിയതെന്നോ അല്ല. മലയാളത്തിലെ പുരോഗമനസാഹിത്യകാരന്മാർ ഉയർത്തിപ്പിടിച്ച

നിലപാടുകൾക്ക് തീർച്ചയായും ഗുരുതരമായ പരിമിതികൾ ഉണ്ടായിരുന്നു. അതിന്റെ വക്താക്കൾക്ക് വലിയ തെറ്റുകളും വീഴ്ചകളും പറ്റിയിട്ടുണ്ട്. എഴുത്തിനെക്കുറിച്ചും വായനയെക്കുറിച്ചും കലയെപ്പറ്റിയും ജീവിതത്തെപ്പറ്റിയും യാന്ത്രിക ഭൗതികവാദപരമായ വീക്ഷണവൈകല്യങ്ങൾ, അതിവാദങ്ങൾ, സങ്കുചിതതീവ്രവാദങ്ങൾ-ഇവയൊക്കെ ആ സാഹിത്യസംവാദങ്ങളെ പലപ്പോഴും വികലവും ദുർബ്ബലവും ആക്കിയിരുന്നു. ആ വികലവാദങ്ങളോടുള്ള മാരാരെപ്പോലുള്ളവരുടെ പ്രതിവാദങ്ങളും വേണ്ടത്ര സഫലമോ ഭദ്രമോ ആയിരുന്നില്ല. എന്നാൽ വിശദാംശങ്ങളിൽ വിയോജിപ്പുകൾ ഉണ്ടാവാമെങ്കിലും പുരോഗമനസാഹിത്യം മുന്നോട്ട് വച്ച അടിസ്ഥാനസങ്കല്പങ്ങളെ അനുസരിച്ചുകൊണ്ടാണ് പിന്നീട് മലയാളസാഹിത്യം, ആധുനികതയുടെ ഒരിടവേളയൊഴിച്ചാൽ, വളർന്നുവന്നത്. അതിൽ ഏറെ അത്ഭുതകരമായത് മാരാരുടെ വിമർശനകലയുടെ ഗതിയായിരുന്നു. സാഹിത്യത്തിലെ പുരോഗമനപ്രവണതയോട് ഏകാകിയായി പടവെട്ടിയ മാരാർ തന്റെ കലാവിചാരത്തിന്റെ ധന്യമുഹൂർത്തങ്ങളിൽ പുരോഗമനസാഹിത്യത്തോട് പൊരുതുകയല്ല കലയുടെ ലോകത്ത് സദാ അതുയർത്തിപ്പിടിച്ച ദൗത്യങ്ങൾ സ്വയം ഏറ്റെടുക്കുകയായിരുന്നു. തനിക്ക് രാജിയാവാൻ ഒരു വഴിയും കാണുന്നില്ലെന്ന് പറഞ്ഞ സാഹിത്യകക്ഷിയോട് പരോക്ഷമായി യോജിക്കുകയും കേരളവർമ്മയും ഉള്ളൂരും കെ വി എമ്മും വടക്കുംകൂറും മറ്റും പ്രതിനിധാനം ചെയ്ത യാഥാസ്ഥിതിക പക്ഷത്തോട് പ്രത്യക്ഷമായി ഏറ്റുമുട്ടുകയുമാണ് മാരാർ ചെയ്തത്.

അനന്വയങ്ങളായ *ഭാരതപര്യടന*വും *രാജാങ്കണ*വും കുട്ടികൃഷ്ണമാരരെ വിമർശനകലയുടെ കുലപതിയാക്കിയ കൃതികളാണ്. വാല്മീകിയും വ്യാസനും കാളിദാസനും പിന്നെ ഒരു ഉണ്ണായിവാരിയരും കുമാരനാശാനും സൃഷ്ടിച്ചു വച്ച കാവ്യലോകങ്ങളിലേക്കായിരുന്നു എപ്പോഴും മാരാരുടെ പോക്കുവരവുകൾ. തൃപ്തി കൈവരാതെ ജീവിതാവസാനം വരെ ആ യാത്രകൾ അദ്ദേഹം തുടരുകയും ചെയ്തു. *ഭാരതപര്യടനം* ഇതിഹാസപാത്രങ്ങളെയും ഋഷികവി മുന്നോട്ട് വയ്ക്കുന്ന ജീവിതാദർശങ്ങളെയും കുറിച്ചു നിലനില്ക്കുന്ന ധാരണകളെയും പ്രതീതികളെയും കീഴ്മേൽ മറിക്കുന്നുണ്ട് ആ പുസ്തകത്തിലെ പ്രബന്ധങ്ങൾ മുഴുവൻ, സാഹിത്യകൃതികളുടെ വായന സർഗ്ഗാത്മകമാവുന്നതിനും വിസ്ഫോടകമാവുന്നതിനും ഉദാഹരണങ്ങൾ ആകുന്നു. ധർമ്മപുത്രർ എന്ന അപരനാമമുള്ള യുധിഷ്ഠിരനെയും സുയോധനൻ എന്നുകൂടി പേരുള്ള ദുര്യോധനനെയും അർജ്ജുനനെയും കർണ്ണനെയും പുതുയുഗത്തിന്റെ വെളിച്ചത്തിൽ മാരാർ നോക്കിക്കാണുന്നു. ദുര്യോധനൻ മാരാരുടെ വിവരണകലയിൽ ജ്ഞാതിസ്നേഹമടക്കമുള്ള ഉത്തമ മനുഷ്യഗുണങ്ങൾ ഇണങ്ങിയ ധീരോദാത്ത നായകനായി പുനർജ്ജനിക്കുന്നു. 'നേശേബലസ്യേതിച

രേദധർമ്മം' എന്ന കവിവാക്യം വ്യാഖ്യാനിച്ചുകൊണ്ട് യുധിഷ്ഠിരന്റെ ധർമ്മവ്യസനം മാറ്റും മൂലവും കുറഞ്ഞുതാണെന്ന് സ്ഥാപിക്കുന്നു. ബലമില്ലെന്ന് വച്ച് വിധിക്ക് വഴങ്ങുന്നത് ധർമ്മമല്ല അധർമ്മമാണെന്നും വിധിയോട് മറുത്ത് നില്ക്കുന്നതാണ് ധർമ്മമെന്നും മാരാർ ചൂണ്ടിക്കാട്ടുന്നു. പരമ്പരാഗതമായ വിധി നിഷേധങ്ങൾക്കും നീക്കുപോക്കില്ലാത്ത മുറകൾക്കും സ്ഥിതവ്യവസ്ഥകൾക്കും മുൻപിൽ തലകുനിക്കുകയല്ല അവകളെ ധിക്കരിക്കുകയും മാറ്റുകയുമാണ് മനുഷ്യധർമ്മമെന്നുല്ഘോഷിക്കുമ്പോൾ മാരാർ താൻ സ്ഥാനത്തും അസ്ഥാനത്തും എതിർത്തു പോന്ന പുരോഗമന സാഹിത്യത്തിന്റെ ജീവിതകലാദർശങ്ങളോട് സ്വയമറിയാതെ ഐക്യപ്പെടുകയാണ് ചെയ്യുന്നത്.

'നിഷ്പക്ഷനിരൂപണം- അങ്ങനെയൊന്നില്ലെന്ന്' മാരാർ എഴുതിയിട്ടുണ്ടല്ലോ. ഭാരതപര്യടനവേളയിൽ ഭീഷ്മദ്രോണകർണ്ണാദികൾ ചേർന്ന ദുര്യോധനൻ നയിക്കുന്ന കൗരവരോടാണ് സാക്ഷാൽ കൃഷ്ണൻ സാരഥ്യം വഹിക്കുന്ന പാണ്ഡവരോടല്ല മാരാരുടെ പക്ഷപാതം. അതിലൂടെ ഇതിഹാസകാവ്യാനുശീലനത്തിന്റെ ദീർഘപാരമ്പര്യത്തെയാണ് അദ്ദേഹം കരുത്തോടെ മറികടക്കുന്നത്. ആസ്വാദനത്തിന്റെ, വ്യാഖ്യാനത്തിന്റെ സർവ്വമാമൂലുകളെയും അദ്ദേഹം കീഴ്മേൽ മറിക്കുന്നു. ആളുകൾ നായകരായി ആരാധിച്ചുവന്നവരെ പ്രതിനായകരാക്കുന്നു. പ്രതിനായക കഥാപാത്രങ്ങളെ നായകരായി അഭിഷേകം ചെയ്യുന്നു. കൗരവപക്ഷത്തെ മഹാപരാക്രമികളായ പടയാളികൾ മുഴുവൻ ചത്തൊടുങ്ങി. ദുര്യോധനൻ മാത്രം ബാക്കിയായ വേളയിൽ ഇനിയെങ്കിലും പാണ്ഡവരോട് സന്ധി ചെയ്യാൻ ശോകാർത്തനായി കെഞ്ചിയപേക്ഷിച്ച കൃപരോട് പരാജിതന്റെ സന്ധി പ്രാർത്ഥന ഭീരുത്വമാണെന്നും തനിക്ക് വേണ്ടി പ്രാണബലി നല്കിയ ഭീഷ്മദ്രോണകർണ്ണാദികളോട് ചെയ്യുന്ന കടുത്ത വഞ്ചനയാകും അതെന്നും ഇനി അങ്കം വെട്ടി വീരന്മാർക്കുള്ള സ്വർഗ്ഗം പൂകുകമാത്രമേ കരണീയമായിട്ടുള്ളൂവെന്നും മറുവചനം ചൊല്ലി, ദുര്യോധനൻ ഒറ്റയ്ക്ക് ഭീമനുമായുള്ള ഒടുവിലത്തെ യുദ്ധത്തിന് പുറപ്പെട്ടുപോകുന്നു. ആ അവസ്ഥയിലും ധുര്യോധനനെ തോല്പിക്കാൻ ഭീമന് യുദ്ധധർമ്മത്തിന് വിരുദ്ധമായി അരയ്ക്കുതാഴെ പ്രഹരിക്കേണ്ടിവരുന്നു. അതുകൊണ്ടുതന്നെ ദുര്യോധനന്റെ ആ പതനം ദയനീയമല്ല, മഹനീയമാണെന്നും ആ വീഴ്ചയിലും തന്റെ ചതഞ്ഞ കാൽ പാണ്ഡവരുടെ തലയിൽവച്ചുകൊണ്ടാണ് അയാൾ കിടന്നിരുന്നതെന്നും മരണമടഞ്ഞ ദുര്യോധനന്റേതിനേക്കാൾ ജീവിച്ചിരിക്കുന്ന പാണ്ഡവരുടെ സ്ഥിതിയാണ് പരിതാപകരമെന്നും ഇതിഹാസകവി വിവക്ഷിക്കുന്നതായി മാരാർ വിശദീകരിക്കുന്നു. നേശേബലസ്യേതിചരേദധർമ്മം' എന്ന മാർക്കണ്ഡേയസൂക്തത്തിന് 'ബലത്തിനാളാണെന്നുവച്ച് ചെയ്യുന്ന അധർമ്മംപോലും ധർമ്മ'മാണെന്ന

അർത്ഥം കൂടിയുണ്ടെന്ന്, ദുര്യോധനന്റെ ഈ വീരചരമത്തെപ്പറ്റി എഴുതുമ്പോൾ മാരാർ കൂട്ടിച്ചേർക്കുന്നുണ്ട്. അപ്പോൾ ചിലർ കരുതുംപോലെ ധർമ്മതത്ത്വോപദേശങ്ങളല്ല ധർമ്മത്തെ പ്രശ്നവല്ക്കരിക്കുകയാണ് മഹാഭാരതം ചെയ്യുന്നത്. ധർമ്മാധർമ്മങ്ങൾക്കിടയിലെ അതിർത്തി സൂക്ഷ്മവും ലോലവും ആകുന്നു. ധർമ്മമെന്ന് കരുതി ചെയ്യുന്നത് അധർമ്മമായെന്ന് വരാം. കൊടിയ അധർമ്മം ചിലനേരത്ത് ധർമ്മമായി രൂപാന്തരപ്പെടുന്നതും കാണാം. ദുര്യോധനന് തീർത്തും വിപരീതാർത്ഥകമായ സുയോധനൻ എന്നുംപേരുണ്ട്. എന്നാൽ 'ലോകത്തിൽ സുയോധനൻ, ദുര്യോധനൻ എന്ന് രണ്ട് പേരില്ല. യുദ്ധത്തിന് നല്ല (ധർമ്മ) യുദ്ധം എന്നൊരു വിഭാഗമില്ല' എന്നാണ് യുദ്ധോപാഖ്യാനമായ *മഹാഭാരത*ത്തിന്റെ ദർശനമെന്ന് മാരാർ പറയുന്നു.

യുദ്ധം അവസാനിച്ച രാത്രിയിൽ ക്ലിഷ്ടരും എന്നാൽ വിജയത്തിൽ ഹൃഷ്ടരുമായി പടകുടീരങ്ങളിൽ തളർന്നുറങ്ങിയ പാഞ്ചാലിയുടെ പുത്രരും സഹോദരൻ ധൃഷ്ടദ്യുമ്നനുമടക്കമുള്ള പാണ്ഡവപക്ഷത്തെ സേനാനികളിൽ ഒട്ടുമിക്കവരെയും ഊരിപ്പിടിച്ച വാളുമായി കാലനെപ്പോലെ കടന്നുവന്ന അശ്വത്ഥാമാവ് വെട്ടിയും കുത്തിയും അരുംകൊല ചെയ്തു. പാണ്ഡവരും പാഞ്ചാലിയും അന്നവിടെ തങ്ങാത്തതുകൊണ്ട് തലനാരിഴയ്ക്ക് രക്ഷപ്പെട്ടു. പിറ്റേന്ന് കാലത്ത് അശ്വത്മാമാവിനെ തേടിപ്പിടിച്ച് അയാളുടെ ശിരസ്സിലെ ചൂഡാരത്നം അർജ്ജുനൻ ചൂഴ്ന്നെടുക്കുന്നു. തലയിൽ ഉണങ്ങാത്ത മുറിവുകളും ഉള്ളിൽ ഒടുങ്ങാത്ത പകയുമായി അശ്വത്ഥാമാവ് അലയുന്നു. ഏവരുടെയും മനസ്സിൽ ചിരംജീവിയായി പുലരുന്നു. 'ചില യുദ്ധവീരന്മാരുടെ പരാക്രമം വർണ്ണിപ്പാൻ വേണ്ടിയല്ല.... യുദ്ധം വരുത്തിവയ്ക്കുന്ന ഭയങ്കര ദുരന്തത്തെ എടുത്തു കാണിപ്പാൻ വേണ്ടിയാണ് ഭാരതേതിഹാസം രചിക്കപ്പെട്ടത്' എന്നും ഇത് 'നടന്ന കഥ മാത്രമല്ല നടക്കാനിരിക്കുന്ന കഥ കൂടിയാണെന്ന് എവിടെ നോക്കിയാലും' കാണാമെന്നും എഴുതുമ്പോൾ സംഘർഷങ്ങളും യുദ്ധങ്ങളും കൊണ്ട് കലുഷവും വെടിയൊച്ചകൾകൊണ്ട് മുഖരവുമായ നമ്മുടെ കാലത്തിലേക്ക്, അതിന്റെ പ്രഹേളികകളിലേക്ക് ഇതിഹാസ കഥയെ നെയ്തു ചേർക്കുകയാണ് മാരാർ ചെയ്യുന്നത്. കാലത്തിന്റെയും ചരിത്രത്തിന്റെയും സന്ദർഭത്തിൽവച്ചാണ് ഏതു പുസ്തകവും നാം വായിക്കുന്നതെന്ന് പറഞ്ഞ്, വായിക്കേണ്ടതെന്ന് നിഷ്കർഷിച്ച പുരോഗമനസാഹിത്യത്തിന്റെ, തനിക്ക് രാജിയാവാൻ ഒരു വഴിയും കാണാത്ത സാഹിത്യകക്ഷിയുടെ വാദങ്ങളുടെ മാറ്റൊലികളായി മാരാരുടെ വാക്കുകൾ ഇവിടെയെല്ലാം മാറിപ്പോവുന്നുണ്ട്.

യുദ്ധസന്നാഹം മുറുകിയഘട്ടത്തിൽ കൃഷ്ണൻ നടത്തിയ സമാധാനദൗത്യയാത്രയെ- ഭഗവദ്ദൂതിനെ-സ്വാതന്ത്ര്യലാഭഘട്ടത്തിൽ ബംഗാളിൽ ഹിന്ദുക്കളും മുസ്ലീങ്ങളും തമ്മിൽ നരഹത്യ നടത്തിയതിനെ ശാന്തമാ

ക്കാൻ വേണ്ടി ഗാന്ധിജി നവഖലിയിൽ സഞ്ചരിച്ചതിനോട് താരതമ്യം ചെയ്യുമ്പോഴും ഇതിഹാസത്തെ ഇരുപതാം നൂറ്റാണ്ടിന്റെ വെളിച്ചത്തിൽ ആണ് മാരാർ വായിക്കുന്നത്. ജീവിതവൈരാഗ്യം ജനിപ്പിക്കുന്ന, കൊടിയവിഷാദത്തിന്റെ നീലക്കയത്തിലാണ്, ശോകാന്തമായ ഗാഢാന്ധകാരത്തിലാണ് ഭാരതകഥാ സമാപ്തിയെന്ന് ചിലർ പറയുന്നു. എന്നാൽ നിറഞ്ഞു മുറ്റിയ ആ കൂരിരുട്ടിലും മനുഷ്യസ്നേഹത്തിന്റെ ഒരേകാന്ത ദീപം ഒളിചിതറുന്നത് മാരാർ കാണുന്നുണ്ട്. ഇങ്ങനെ തന്റെ തന്നെ വിശ്വാസങ്ങളെയും പ്രഖ്യാപനങ്ങളെയും നിഷേധിക്കുന്ന വാക്കുകൾ ഏതോ അന്തഃപ്രേരണയാൽ എഴുതിവയ്ക്കേണ്ടിവരുന്ന മലയാളവിമർശനത്തിന്റെ ഈ രാജശില്പിയുടെ സർഗ്ഗാത്മകമായ നിസ്സഹായതയ്ക്ക് *ഭാരതപര്യടന*ത്തിന്റെ പരായണത്തിനിടയിൽ പലവട്ടം നാം സാക്ഷ്യം വഹിക്കേണ്ടി വരുന്നു.

ഉണ്ണായിവാരിയർ *നളചരിത*ത്തിൽ 'പദഘടനയിലും അർത്ഥകല്പനയിലും രംഗസംവിധാനത്തിലും സംഗീതരചനയിലുമെല്ലാം അനന്യസാമാന്യമായ വൈദഗ്ദ്ധ്യം കാണിച്ചിട്ടുണ്ടെങ്കിൽ കൂടി അതിന്റെ ജീവിതാവിഷ്കരണാത്മകതയെയാണ് അദ്ദേഹം സർവ്വോത്തരമായി പരിഗണിച്ചിട്ടുള്ളത്' എന്ന് മാരാർ. മനുഷ്യജീവിതകഥാനുഗാനമാണ് 'സാഹിത്യത്തിന്റെ സർവ്വപ്രധാനമായ ധർമ്മമെന്ന കാര്യത്തിൽ തർക്കിക്കേണ്ടതില്ലെന്നും കാവ്യാത്മാവായ 'രസഭാവവ്യക്തി'യും 'കവിയുടെ നിർമ്മാണപാടവത്തിന്റെ മൂർത്തീഭാവങ്ങളായ കഥാപാത്രങ്ങ'ളും ഉയിരെടുക്കുന്നത്, കൃതിയിൽ ആവിഷ്കൃതമാവുന്നത്, ജീവിതത്തിൽ നിന്നാണെന്നും അതുവഴി തന്നെയാണ് സാഹിത്യകാരൻ സമുദായ പരിഷ്കരണം സാധിക്കുന്നതെന്നും തുടർന്ന് പറയുന്നു. 'പർണാദന് ഗോധനവും' മുതലായ നിർജ്ജീവങ്ങളായ ശ്ലോകങ്ങളാണ് 'സുദേവോക്താവാണീ' ഇത്യാദിസജീവങ്ങളായ ശ്ലോകങ്ങളേക്കാൾ നളചരിതത്തിൽ അധികമുള്ളത്, എന്ന മഹാകവി ഉള്ളൂരിന്റെ വാദത്തെ തള്ളിക്കളഞ്ഞുകൊണ്ട് 'ശ്ലോകങ്ങളുടെ ജീവനിരിക്കുന്നത് അലങ്കാര നിബന്ധന'ത്തിലല്ല, 'സന്ദർഭത്തിനൊത്തവണ്ണം കഥാഗതിയെ ഭാവപ്രധാനമായി വിവരിക്കുന്നിലാണ്' എന്ന് മാരാർ എഴുതുന്നു. ഇവിടെയെല്ലാം രൂപത്തേക്കാൾ ഭാവം പ്രധാനമാണെന്നും സാഹിത്യം സർവ്വോപരി ജീവിതാവിഷ്കാരമാണെന്നും അതിന്റെ ആത്യന്തികലക്ഷ്യം സാമൂഹ്യപരിഷ്കാരമാണെന്നും പറഞ്ഞുകൊണ്ടേയിരുന്ന പുരോഗമനസാഹിത്യത്തിന്റെ ചേരിയിലാണ് മാരാർ ചേർന്നു നില്ക്കുന്നത്. ഇങ്ങനെ പുരോഗമനസാഹിത്യവിരുദ്ധമായ തന്റെ പരസ്യനിലപാടുകളുടെ നേരെ എതിർധ്രുവത്തിലാണ് സൗന്ദര്യവിചാരത്തിന്റെ സാരമായ മാത്രകളിലൊക്കെ കുട്ടികൃഷ്ണമാരാർ നിലയുറപ്പിച്ചത്.

മാരാരുടെ നിരൂപണകലയിൽ അന്തർല്ലീനമായ ഈ കലാപസ്വഭാ

വത്തിന്റെ മാരകമായ സ്ഫോടകശേഷി മുഴുവൻ *വാല്മീകിയുടെ രാമനിൽ* പ്രകടമാവുന്നുണ്ട്. 'രാമൻ, യുധിഷ്ഠിരൻ മുതലായ ഇതിഹാസകഥാനായകന്മാർ യാതൊരോപ്പക്കേടും പറ്റാതെ ചില്ലലമാരയിൽ സൂക്ഷിച്ച പ്രദർശനവസ്തുക്കളാണെന്നും അവരിൽ വല്ല കുറ്റവും കുറവും ഉണ്ടാവാമെന്ന് ശങ്കിക്കുന്നതേ പാപമാണെന്നും' വിശ്വസിക്കുന്നവരെ വിറപ്പിച്ചുകൊണ്ട്, വാല്മീകിയും വ്യാസനും ഈശ്വരസ്തോത്രങ്ങളല്ല മനുഷ്യകഥകളാണ് മുക്തകണ്ഠം പാടിയതെന്നും രാമാദികൾ മനുഷ്യരായതുകൊണ്ട് മാനുഷികമായ പ്രാകൃതഭാവങ്ങൾ അവരിലും കാണുമെന്നും ചില ആത്യന്തികഘട്ടങ്ങളിൽ അവ പിടിവിട്ട് പുറത്തു ചാടുമെന്നും മാരാർ ഉറപ്പിച്ച് പറയുന്നു. കിരീടവും ചെങ്കോലും ഉപേക്ഷിച്ച് ജടാവല്ക്കലധാരിയായ രാമന്റെ വനവാസം, വാഴ്ത്തപ്പെട്ട രാമന്റെ ഏകപത്നീവ്രതം, സീതാപരിത്യാഗം ഇങ്ങനെ രാമചരിതത്തിലെ ഗിരികളിലും ഗഹ്വരങ്ങളിലും താഴ്വരകളിലും കാടുംപടലും നീക്കി പരസഹായമില്ലാതെ വഴി കണ്ടുപിടിച്ച് മാരാർ സഞ്ചരിക്കുന്നു. പിതൃഭക്തിയോ അച്ഛന്റെ സത്യം രക്ഷിക്കാനുള്ള വാഞ്ഛയോ അല്ല, 'പ്രജകളെയും സഹോദരന്മാരെയും തങ്കലേക്കാകർഷിച്ച് രാജ്യത്തെ നിഷ്കണ്ടകമാക്കി രാജാധിരാജനായി വാഴണമെന്നതായിരുന്നു രാമന്റെ ഹൃദയ'മെന്നും 'അച്ഛനെ തടവിലിട്ട് ജ്യേഷ്ഠാനുജന്മാരെ കൊലപ്പെടുത്തി സാമ്രാജ്യം കൈയടക്കിയ ഔറംഗസീബിന്റെ രാജ്യലോഭത്തിന്റെ എതിർധ്രുവത്തിലാണെങ്കിലും രാമന്റേതും രാജ്യലോഭം തന്നെയാണെന്നും ആ രാജ്യലോഭവും പ്രാഭവേച്ഛയും യശോമോഹവുമാണ് നിജരാജ്യം വെടിഞ്ഞ് വനരാജ്യം വാഴാൻ രാമനെ പ്രേരിപ്പിച്ച ചേതോവികാരങ്ങളെന്നും മാരാർ സമർത്ഥിക്കുന്നു. അദ്ദേഹത്തിന്റെ യുക്തിബോധത്തിന്റെ നികഷോപലത്തിൽ ഉരയ്ക്കുമ്പോൾ രാമന്റെ ഏകപത്നീവ്രതത്തിന്റെ മാറ്റു കുറയുകയും ചെമ്പ് തെളിയുകയും ചെയ്യുന്നു.

'അനുകൂലമായ പരിതസ്ഥിതിയില്ലായ്കയാലോ അപേക്ഷിപ്പാൻ ആളില്ലായ്കയാലോ ചാരിത്ര്യനിഷ്ഠരായിക്കഴിയുന്ന സ്ത്രീകളുണ്ട്; പുരുഷന്മാരുണ്ട്. ആത്മോൽക്കർഷത്താൽ മനസ്സിന് ചാപല്യം തട്ടാതെ ചാരിത്രനിഷ്ഠരായിക്കഴിയുന്നവരുമുണ്ട്— ഇവരിൽ ഏതിനത്തിലാണ് രാമൻ നിലകൊള്ളുന്നത്' എന്ന ചോദ്യത്തിന് ഉത്തരം തേടിയാണ് രാമന്റെ ശീലശുദ്ധിയെ അദ്ദേഹം തൂക്കിനോക്കുന്നത്. സീതയെ സംബന്ധിച്ചാണെങ്കിൽ ഇത്തരമൊരു സംശയത്തിനു തന്നെ പ്രസക്തിയില്ലെന്ന് മാരാർ. ത്രൈലോക്യവിജയിയായ രാവണൻ... സർവ്വകാമസമൃദ്ധമായ ലങ്കാനഗരിയിൽ കൊണ്ടുവച്ച്... ഒരു വർഷം മുഴുവൻ കെഞ്ചിപ്പറഞ്ഞിട്ടും അവളുടെ മനസ്സ് ഇളകുന്നില്ല. രാവണൻ അരികൾക്ക് കാലനാണെങ്കിൽ നാരിമാർക്ക് കാമദേവനായിരുന്നു എന്നും *വാല്മീകിരാമായണം സുന്ദരകാണ്ഡ*ത്തിൽ രാവണാന്തപ്പുരത്തിലെ ദേവദൈത്യദാനവമാനവയക്ഷഗന്ധർവ്വ

സുന്ദരീനിവഹത്തെ സാക്ഷിനിർത്തി കവി പറയുന്ന വാക്കുകൾ ഇതിനു തെളിവാണെന്നും കുട്ടികൃഷ്ണമാരാർ വിവരിക്കുന്നു. അതിൽ ചിലർ രാവണൻ കാമിച്ചവരും മറ്റുചിലർ രാവണനെ മോഹിച്ചുവന്നവരുമാണ്. രാവണൻ ബലാൽക്കൊണ്ടുവന്നവളും ആ രാക്ഷസ ചക്രവർത്തിയെ മുഖമുയർത്തി ഒന്നു നോക്കാൻപോലും മുതിരാത്തവളുമായി അക്കൂട്ടത്തിൽ മൈഥിലിമാത്രമേ ഉണ്ടായിരുന്നുള്ളൂ എന്ന് ഋഷികവി എടുത്തുപറയുന്നു.

സുന്ദരിയും യുവതിയുമായ ശൂർപ്പണഖ വിവാഹപ്രാർത്ഥനയുമായി വന്നപ്പോൾ കാര്യം പറഞ്ഞ് അവളെ ഉടൻ ഒഴിവാക്കാതെ അവളുമായി സരസ സംഭാഷണത്തിനൊരുങ്ങുന്നിടത്ത് രാമന്റെ ഉള്ളിൽ ഒരു ചപല കാമുകൻ ഒളിച്ചിരുന്നതായി മാരാർ കണ്ടുപിടിക്കുന്നു. ആ രാമനാണ് രാവണനിഗ്രഹാനന്തരം സീതയെ പുനർദർശിക്കുമ്പോൾ 'നേത്രരോഗിക്ക് ദീപം പോലെ' തനിക്ക് അഹിതയാണ് അവളെന്ന് ആക്ഷേപിക്കുന്നത്. സീതയെപ്പോലൊരു സുന്ദരി സ്വഗൃഹത്തിൽ വന്നുപെട്ടാൽ രാവണൻ നീണാൾ സഹിച്ചിരിക്കയില്ലെന്നും രാമൻ പറയുന്നു. എന്നാൽ സീതമാത്രമല്ല രാവണൻപോലും രാമൻ മനസ്സിലാക്കിയതിനേക്കാൾ ഉയർന്ന നിലയിലാണെന്ന് മാരാർ എഴുതുന്നു. രാമന്റെ 'ഈ സ്നേഹവൈകല്യത്തിന്റെ സ്വാഭാവികമായ പരിണാമം മാത്രമാണ് സീതാപരിത്യാഗ'മെന്ന് മാരാർ. പുത്രനെന്നിലയ്ക്ക് അച്ഛന്റെ സത്യം സംരക്ഷിക്കാൻ കാട്ടിലേക്ക് പുറപ്പെട്ട രാമന് ഭർത്താവെന്ന നിലയ്ക്ക് ഭാര്യയുടെ മാനം ദീക്ഷിക്കാനും ബാദ്ധ്യതയുണ്ടായിരുന്നു എന്നും എന്നാൽ അന്നും രാമന്റെ ലക്ഷ്യം അച്ഛന്റെ സത്യരക്ഷയല്ല രാജ്യലോഭം തന്നെ എന്നും 'ആ രാജ്യലക്ഷ്മിയെ പരിലാളിച്ച് തന്റെ പ്രാഭവം ആസ്വദിക്കുന്നതിൽ സീത ഒരു കരടായി കിടക്കുന്നു എന്ന് വന്നപ്പോൾ അദ്ദേഹം അവളെ എടുത്ത് ദൂരെ വലിച്ചെറിഞ്ഞു' എന്നും പറഞ്ഞുകൊണ്ട് മാരാർ രാമനെതിരായ 'കേസ്' പഴുതേതുമില്ലാതെ സാധകബാധകയുക്തികളോടെ സ്ഥാപിച്ചെടുക്കുന്നു. 'അങ്ങനെ തന്റെ യശോധനത്തിനുവേണ്ടി പാടുപെട്ട രാമൻ ആചന്ദ്രതാരം— രാമായണമെന്ന ആ വിശ്വമഹാകാവ്യം നിലനില്ക്കുന്നിടത്തോളം കാലം— തീരാത്ത ദുര്യശ്ശസ്സിന് പാത്രമായി ചമഞ്ഞു'വെന്നും കൂടി കൈവിറയ്ക്കാതെ എഴുതിവച്ചിട്ടാണ് മാരാരിലെ വിഗ്രഹഭഞ്ജകൻ വിരമിക്കുന്നുള്ളൂ.

മാരാരെക്കുറിച്ചെഴുതാൻ *രാജാങ്കണ*വും *ഭാരതപര്യടന*വും വീണ്ടും വായിക്കാൻ തുടങ്ങിയപ്പോഴാണ് മൂന്നൂറ് രാമായണങ്ങളെപ്പറ്റിയുള്ള ദക്ഷിണേന്ത്യൻ പഠനങ്ങളിൽ ലോകനിലവാരമുള്ള പണ്ഡിതനും കവിയും ഗവേഷകനുമായ എ കെ രാമാനുജത്തിന്റെ പ്രബന്ധം സംബന്ധിച്ച വിവാദങ്ങൾ ശ്രദ്ധയിൽപ്പെട്ടത്. ഡൽഹിയൂണിവേഴ്സിറ്റിയിലെ ഒരു 'വിദഗ്ദ്ധ സംഘം' രാമായണത്തിന്റെ 'വിശുദ്ധസ്വഭാവ'ത്തിനെതിരായ 'ദൈവനിന്ദ'

യാണതെന്ന് കണ്ടെത്തി കുട്ടികൾക്ക് പഠിക്കാൻ കൊള്ളാത്തതാണ് രാമാനുജത്തിന്റെ പഠനങ്ങൾ എന്ന് കണ്ടെത്തിയത്രേ! രാമജന്മഭൂമിയുടെ പേരിൽ കലാപം കുത്തിയിളക്കി രാജ്യം പിടിക്കാൻ ഒതുങ്ങിപ്പുറപ്പെട്ട 'ശ്രീരാമസേന' ഉറഞ്ഞുതുള്ളുന്ന നമ്മുടെ ഈ കെട്ടകാലത്തായിരുന്നു. *വാല്മീകിയുടെ രാമൻ* കുട്ടികൃഷ്ണമാരാർ എഴുതിയിരുന്നതെങ്കിൽ എന്ത് സംഭവിക്കുമായിരുന്നു എന്ന് ആലോചിക്കാൻ പോലും ഭയമാകുന്നു. ഏതായാലും സാഹിത്യത്തിലെ പുരോഗമനപക്ഷത്തിനെതിരായ ഏകാന്തഗാംഭീരമായ സംഗ്രാമമാണ് തന്റെ കലാജീവിതമെന്ന് അഴീക്കോടിനെപ്പോലുള്ളവർക്കുപോലും തെറ്റിദ്ധാരണ സൃഷ്ടിച്ച മാരാർ, കൗരവസേനാപതിയായിരിക്കുമ്പോൾത്തന്നെ പാണ്ഡവപക്ഷം വിജയിച്ചുകാണാൻ മോഹിച്ച ഭീഷ്മപിതാമഹനെയാണ് ഓർമ്മപ്പെടുത്തുന്നത്. തന്റെ വിമർശനവൃത്തിയുടെ വിശിഷ്ടയാമങ്ങളിൽ മാരാർ തന്നെത്തന്നെ സമർപ്പിച്ചത് പുരോഗമന സാഹിത്യം പുരോഗമിച്ചു കാണാൻ തന്നെ ആയിരുന്നുവെന്നത് വിചിത്രമെങ്കിലും അനിഷേദ്ധ്യമായ ഒരു സത്യം മാത്രമാകുന്നു.

7

കെ ദാമോദരനും പുരോഗമനസാഹിത്യവും

കേരളത്തിലെ പുരോഗമനസാഹിത്യപ്രസ്ഥാനത്തിന്റെ മുഖ്യ സൈദ്ധാന്തികനും സംഘാടകനും ആയിരുന്ന കെ ദാമോദരൻ *പാട്ട ബാക്കി*യുടെ രചയിതാവെന്ന നിലയ്ക്ക് നമ്മുടെ സാഹിത്യചരിത്രത്തിന്റെ ഗതിയെ സ്വാധീനിച്ച എഴുത്തുകാരൻകൂടി ആയിരുന്നു. അദ്ദേഹം അവ തരിപ്പിച്ച സിദ്ധാന്തങ്ങളും സങ്കല്പങ്ങളും മുന്നോട്ടുവച്ച വാദഗതികളും താരതമ്യേന പക്വവും വ്യക്തവും യുക്തിഭദ്രവുമായിരുന്നു. മാർക്സിസ്റ്റ് കലാചിന്തകളിൽ വൈവിദ്ധ്യം മാത്രമല്ല, വൈരുദ്ധ്യംപോലും സാദൃശ്യ മാണ്. എന്നാൽ വാക്കും ലോകവും (Word and world)തമ്മിലും കലയും കാലവും തമ്മിലും ഉള്ള ബന്ധത്തിന്റെ കാര്യത്തിൽ അവർ ഒരു വീട്ടുവീ ഴ്ചയും ചെയ്യാറില്ല. ഏതു സാഹിത്യവും സാമൂഹ്യജീവിതത്തെയാണ് പ്രതിഫലിപ്പിക്കുന്നത് എന്ന ആശയം തന്നെയാണ് ദാമോദരനും മുറു കെപ്പിടിക്കുന്നത്.

ഫ്രാൻസിലെ സമൂഹജീവിതത്തെക്കുറിച്ച് ധനശാസ്ത്രജ്ഞ ന്മാർക്കോ ചരിത്രകാരന്മാർക്കോ സ്ഥിതിവിവരക്കണക്കുകൾക്കോ നല്കാൻ കഴിയാത്ത വിവരങ്ങൾ ബൽസാക്കിന്റെ നോവലുകളിലുണ്ടെന്ന എംഗൽസിന്റെ നിരീക്ഷണം അദ്ദേഹം ഉദ്ധരിക്കുന്നുണ്ട്. സാഹിത്യം സാമൂ ഹ്യബോധത്തിന്റെ ഒരു രൂപമാണ് എന്നും ബാഹ്യയാഥാർത്ഥ്യങ്ങളെ മന സ്സിലാക്കാനുള്ള ഉപകരണമാണ് എന്നും തുടർന്നദ്ദേഹം വിശദമാക്കുന്നു. ഇവിടെ പ്രതിഫലനം, ഉപകരണം, തുടങ്ങി ഇന്ന് നമുക്ക് പഥ്യമാകാനിട യില്ലാത്ത ചില പരികല്പനകൾ ഉപയോഗിക്കുന്നുണ്ടെങ്കിലും അതീവ സങ്കുചിതമായല്ല, അതാതിന്റെ അതിരുകൾ ദാമോദരൻ ആവോളം വിപു ലീകരിക്കുകയും വികസിപ്പിക്കുകയും ചെയ്യുന്നുണ്ട്.

'പ്രതിഫലന'മെന്നാൽ സാമൂഹ്യ യാഥാർത്ഥ്യത്തിന്റെ വെറും കണ്ണാ

ടിച്ചിത്രമല്ല. പ്രതിരൂപാത്മകമായ പ്രകാശനമാണെന്ന് ദാമോദരൻ എഴുതുന്നു. ചന്തുമേനോൻ മരുമക്കത്തായത്തിന്റെ തകർച്ചയെ ചിത്രീകരിക്കുന്നത് ഇന്ദുലേഖ, മാധവൻ, സൂരി തുടങ്ങിയ പ്രതിരൂപങ്ങളിലൂടെയാണ്. കൺമുന്നിൽ കാണുന്നതു മുഴുവൻ അതേപടി ചിത്രീകരിക്കുന്ന ഫോട്ടോഗ്രാഫറോ പത്രറിപ്പോർട്ടറോ അല്ല സാഹിത്യകാരൻ. സാമൂഹ്യജീവിതത്തിന്റെ സാമാന്യ സ്വഭാവങ്ങളെ കേന്ദ്ര സത്യങ്ങളെയാണ് അവതരിപ്പിക്കുന്നത്. അപ്രധാനമായ വിശദാംശങ്ങൾ പലതും വിട്ടുകളയും. സവിശേഷ സ്വഭാവ ചിത്രീകരണത്തിന് ആവശ്യമായ ചിലത് കൂട്ടിച്ചേർക്കുകയും വേണ്ടിവരും.

വർഗ്ഗം, വർഗ്ഗതാല്പര്യം, വർഗ്ഗപക്ഷപാതം തുടങ്ങിയ ചില പുതിയ ഗണങ്ങൾ സാഹിത്യചർച്ചയിലേക്ക് ദാമോദരൻ കൊണ്ടുവരുന്നു. എഴുത്തുകാരന്റെ വർഗ്ഗപക്ഷപാതങ്ങൾ കൃതിയുടെ ഭാവരൂപങ്ങളെ സ്വാധീനിക്കുമെന്നും അതുകൊണ്ട് സാഹിത്യം നിഷ്പക്ഷമല്ലെന്നും അദ്ദേഹം പറയുന്നു. ബാലാമണിയമ്മയുടെ 'അമ്മ' എന്ന കവിതയിൽ മാതൃഹൃദയത്തിന്റെ സ്പന്ദനങ്ങൾ മുഴങ്ങുന്നുണ്ട്. ആ അമ്മ പട്ടിണിയും പാടുമില്ലാത്ത ഒരിടത്തരക്കാരിയാണ്. പാവപ്പെട്ട തൊഴിലാളി സ്ത്രീയാണ് 'അമ്മ' എങ്കിൽ ആ കവിതയിൽനിന്ന് നാം കേൾക്കുന്നത് മറ്റൊരുതരം ഹൃദയത്തുടിപ്പുകളായിരിക്കും. ഇമ്മട്ടിൽ, കാവ്യകർതൃത്വത്തിന്റെ വർഗ്ഗപരമായ വിവക്ഷകളെപ്പറ്റി മലയാളത്തിൽ ആദ്യം പറയുന്നത് ദാമോദരനാണ്. എന്നാൽ എഴുത്തുകാരന്റെ വർഗ്ഗതാല്പര്യങ്ങൾ അതേപടി സങ്കുചിതമായും പരിമിതമായും പ്രതിഫലിപ്പിക്കുകയല്ല സാഹിത്യകൃതികൾ ചെയ്യുന്നതെന്നും അദ്ദേഹം കൂട്ടിച്ചേർക്കുന്നു. മാർക്സ് ബൽസാക്ക് വായിച്ചതുപോലെ സാഹിത്യകൃതികളെ വിശകലനം ചെയ്യണം. രാജഭക്തനായിരുന്നു ബൽസാക്ക്. എന്നാൽ അദ്ദേഹത്തിന്റെ കൃതികളിൽ കൃഷിക്കാരും നാടുവാഴികളും തമ്മിലുള്ള വർഗ്ഗസംഘർഷവും പ്രഭുകുലത്തിന്റെ തകർച്ചയും ചിത്രീകരിച്ചിരിക്കുന്നു. എഴുത്തുകാരന്റെ ആത്മനിഷ്ഠമായ ഉദ്ദേശ്യവും കൃതിയുടെ വസ്തുനിഷ്ഠമായ അർത്ഥവും തമ്മിൽ ഉണ്ടാവുന്ന വൈരുദ്ധ്യങ്ങളെക്കുറിച്ച് ധാരാളം ചർച്ചകൾ പില്ക്കാലത്ത് ഉയർന്നുവന്നിട്ടുണ്ട്. എന്നാൽ മാർക്സിന്റെ ബൽസാക്ക് നിരൂപണത്തിൽ മിന്നിത്തെളിയുന്ന കലാദർശനത്തിന്റെ പ്രകാശം സ്വാംശീകരിച്ച ആദ്യത്തെ മലയാള മാർക്സിസ്റ്റ് വിമർശകൻ കെ ദാമോദരനായിരുന്നു. ആശാനും വള്ളത്തോളും വ്യക്തിപരമായി പറഞ്ഞാൽ രാജഭക്തന്മാരും അന്നദാതാക്കളായ പൊന്നുതമ്പുരാന്മാർക്ക് മംഗളശ്ലോകമെഴുതിയവരുമാണ്. ഒപ്പം തങ്ങളുടെ പ്രകൃഷ്ട രചനകളിൽ നാടുവാഴിത്തത്തിനും സാമ്രാജ്യത്വത്തിനുമെതിരെ കേരളത്തിൽ നാമ്പെടുക്കാൻ തുടങ്ങിയ ശക്തികളെ കണ്ടെത്തുകയും കൊണ്ടാടുകയും ചെയ്യുന്നുണ്ട്. അതുതന്നെയാണ് അവരുടെ കൃതികളുടെ മഹത്വമെന്ന് ദാമോദരൻ പറയുന്നു.

അപ്പോൾ ബാഹ്യയാഥാർത്ഥ്യത്തിന്റെ കേവല ചിത്രീകരണം മാത്രം മതിയാവുകയില്ല. സമൂഹത്തിലെ വളരുന്ന ശക്തികളെ വിവേചിച്ചറിയാൻ

എഴുത്തുകാരന് കഴിയണം. ഈ ആശയം സുവ്യക്തമാക്കാൻ വി ടിയുടെ നാടകവും ബഷീറിന്റെ നോവലും ദാമോദരൻ ഉദാഹരിക്കുന്നു. *അടുക്കളയിൽ നിന്നരങ്ങത്തേക്ക്* എന്ന പ്രമേയം അന്തർജ്ജന യുവതി അരങ്ങത്തുവച്ച് ഘോഷ ബഹിഷ്കരിക്കുന്ന, മൂടുപടം ഉപേക്ഷിക്കുന്ന രംഗക്രിയകളിലൂടെയാണ് വി ടി അവതരിപ്പിക്കുന്നത് അന്നത്തെ കേരളത്തിൽ എവിടെയും അന്തർജ്ജങ്ങൾ (നമ്പൂതിരി സ്ത്രീകൾ) മറയില്ലാതെ വെളിയിൽ വരാൻ തുടങ്ങിയിരുന്നില്ല. അപ്പോൾ കാലത്തിന്റെ ഗോപുരവാതിലിൽ വൈകാതെ വന്നെത്തുമെന്നുറപ്പുള്ള ഒരു നവലോകത്തിന്റെ സ്വപ്നചിത്രമാണ് ആ നാടകാന്ത്യത്തിൽ വി ടി വരഞ്ഞുവച്ചത്. *ന്റുപ്പുപ്പായ്ക്കൊരാനേണ്ടാർന്നു*വിലെ കുഞ്ഞിപ്പാത്തുമ്മ അന്ന് ഏത് മുസ്ലീം കുടുംബത്തിലും കാണാവുന്ന സാധാരണ പെൺകുട്ടിയാണ്. എന്നാൽ കുഞ്ഞിപ്പാത്തുമ്മയോടൊപ്പം ബഷീറിന്റെ നോവലിൽ ഒരായിഷ കൂടിയുണ്ട്. ധീരയും വിദ്യാസമ്പന്നയുമായ പുതുകാലത്തിന്റെ ദൂതിയായ ആയിഷയെപ്പോലൊരു പെൺകുട്ടിയെ അന്ന് മലയാള നാട്ടിൽ കണികാണാൻ കഴിയുമായിരുന്നില്ല.

ഇങ്ങനെ സമൂഹത്തിൽ വളരുന്ന ശക്തികളെ തിരിച്ചറിഞ്ഞ് ഉചിതമായ പ്രതിരൂപങ്ങളിലൂടെ പ്രകാശിപ്പിക്കുന്നിടത്താണ് കേവലമായ സാഹിത്യം പുരോഗമനസാഹിത്യമായിത്തീരുന്നതെന്ന് തന്നെയാണ് കെ ദാമോദരൻ പറഞ്ഞുവച്ചത്. ഇവിടെയാണ് കർഷകരുടെയും വിശിഷ്യ തൊഴിലാളികളുടെയും ജീവിത കഥാഖ്യാനത്തിന്റെ പ്രാധാന്യം പ്രസ്പഷ്ടമാവുന്നത്. തൊഴിലാളിയെ സൽഗുണ സമ്പന്നനായി, മനുഷ്യസഹജമായ ഒരു ദൗർബല്യവുമില്ലാത്തവനായി അവതരിപ്പിക്കണമെന്നല്ല താൻ അർത്ഥമാക്കുന്നതെന്ന് അദ്ദേഹം എടുത്തുപറയുന്നു. അതുകൊണ്ട് ഒരു കൃതി പുരോഗമനസാഹിത്യമാവില്ല. ഗോർക്കിയും ഷോളോഖോവും തൊഴിലാളികളെ ചിത്രീകരിച്ചത് അങ്ങനെയൊന്നുമല്ലല്ലോ. എന്നാൽ തൊഴിലാളിവർഗ്ഗം വളരുന്ന വർഗ്ഗമാണ്. മുതലാളിത്ത ചൂഷണത്തിനെതിരായ പോരാട്ടത്തിന്റെ നായകപദവിയിലാണ് ആ വർഗ്ഗം നമ്മുടെ സവിശേഷ ചരിത്രഘട്ടത്തിൽ, വന്നുനില്ക്കുന്നത്. സാമൂഹ്യസമത്വവാദം മലയാള സാഹിത്യത്തെ കാലേതന്നെ സ്വാധീനിച്ചുകഴിഞ്ഞിരുന്നു. അതിനോട് വർഗ്ഗപരമായ ഒരു പരിപ്രേക്ഷ്യം വിശേഷവിധിയായി കൂട്ടിച്ചേർക്കാനാണ് ഇ എം എസും കെ ദാമോദരനും മറ്റും സാഹിത്യവിചാരം ചെയ്തത്.

കുട്ടികൃഷ്ണമാരാരെയും സഞ്ജയനെയും ജോസഫ് മുണ്ടശ്ശേരിയെയും പോലുള്ള സാഹിത്യവിമർശനരംഗത്തെ കുലപതികളോടാണ് അന്ന് 'മീശ' മുളയ്ക്കാത്ത പയ്യന്മാരായ ഇ എം എസും കെ ദാമോദരനും എല്ലാം ഏറ്റുമുട്ടിയത്. മാരാർ പ്രഭൃതികൾ വായനയും എഴുത്തും വിമർശനവും ജീവിതവ്രതമാക്കിയവരാണ്. മറിച്ച് ദാമോദരനെപ്പോലുള്ളവർ മുഴുവൻ സമയ രാഷ്ട്രീയപ്രവർത്തകർ. അവരുടെ താവളങ്ങൾ ഒന്നുകിൽ ജയിലോ അല്ലെങ്കിൽ ഒളിയിടങ്ങളോ ആയിരുന്നു. എന്നിട്ടും ഈ യുവ കമ്യൂണിസ്റ്റുകളുടെ വാദങ്ങളെ, ആദ്യം അവഗണിക്കാനും പരിഹസിച്ച്

തള്ളാനും മുതിർന്ന നമ്മുടെ നിരൂപകേസരികൾക്ക് ഒടുവിൽ അവരെ എതിർത്തുതോല്പിക്കാൻ കച്ചകെട്ടിയിറങ്ങുക തന്നെ വേണ്ടിവന്നു. ഇ എം എസിനും കെ ദാമോദരനും എം എസ് ദേവദാസിനുമെല്ലാം അന്ന് സാഹിത്യ സംവാദങ്ങളിൽ പങ്കെടുക്കുമ്പോൾ പിശകുകൾ ധാരാളം പറ്റിയിട്ടുണ്ടാവാം. എങ്കിലും അവർ ഉയർത്തിപ്പിടിച്ച കലാദർശനത്തിന്റെ കരുത്തുകൊണ്ട്, മലയാള വിമർശനരംഗത്തെ മഹാരഥന്മാരെ പ്രത്യക്ഷമായും പരോക്ഷമായും തങ്ങളുടെ നിലപാടുകൾ പലതും തിരുത്തിക്കുന്നതിൽ ദാമോദരനെപ്പോലുള്ളവർക്ക് കഴിഞ്ഞു എന്നത് അത്ര ചെറിയ കാര്യമൊന്നുമല്ല. കേരളം ചുവക്കാൻ തുടങ്ങിയ ദശകങ്ങളിൽ കെ ദാമോദരനും ഇ എം എസും സഖാക്കളും നയിച്ച സമരോത്സുകമായ സാഹിത്യ സാംസ്കാരിക ജീവിതം സഫലവും ധന്യവുമായിരുന്നുവെന്ന് പുരോഗമനസാഹിത്യത്തിലെ പുതുതലമുറയ്ക്ക് ഒട്ടും പതറാതെ തന്നെ പറയാനാവും.

''ലോകസമാധാനംപോലുള്ള ക്ഷണികസദാചാരങ്ങളെ അല്ല, അഹിംസാ സിദ്ധാന്തംപൊലുള്ള ശാശ്വത മൂല്യങ്ങളെ ലക്ഷ്യംവച്ചാലേ കലാപരമായ മേന്മയുണ്ടാവൂ എന്ന മാരാരുടെ വാദത്തെ ഇഴകീറി ദാമോദരൻ പരിശോധിക്കുന്നുണ്ട്. സമാധാനം വേണം, രക്തച്ചൊരിച്ചിൽ വേണ്ട, യുദ്ധം വേണ്ട എന്നെല്ലാം പറയുന്നത് ക്ഷണിക സദാചാരം! ജന്മിത്തത്തെ എതിർക്കുന്നത് ഹിംസ. ഭൂദാനപ്രസ്ഥാനം, അഹിംസ അതിനെ പാടിപ്പുകഴ്ത്തുന്ന കൃതിക്ക് ശാശ്വത മൂല്യമുണ്ടെന്ന് പറയുന്ന മാരാരെ, ദാമോദരൻ നിശിതമായി യുക്തിവിചാരംകൊണ്ട് നിലംപരിശാക്കുന്നുണ്ട്. അഹിംസവാദിയായ ടോൾസ്റ്റോയിയെ ദാമോദരൻ കൂട്ടുപിടിക്കുന്നു. ഭരണകൂടവും പൗരോഹിത്യവും പ്രഭുത്വവും ടോൾസ്റ്റോയിക്ക് ഹിംസയുടെ രൂപങ്ങളാണ്. എന്നാൽ മാരാർക്ക് പൊലീസിനും ജന്മികൾക്കും മതമേധാവിത്വത്തിനും എതിരെ പൊരുതുന്നതാണ് ഹിംസ! അപ്പോൾ മാരാർ വിചാരിക്കുംപോലെ "മാനുഷിക മൂല്യങ്ങളെ അളക്കാൻ ശാശ്വതവും സാർവ്വജനീനവും കാലദേശാതിവർത്തിയുമായ മാനദണ്ഡങ്ങൾ ഇല്ലെന്ന്" ദാമോദരൻ വ്യക്തമാക്കുന്നു.

"ഞാൻ ബോധപൂർവും ഉദ്ദേശ്യപൂർവുമായ സാഹിത്യപരിശ്രമം തുടങ്ങിയത് 1937 കാലത്ത് കേരളത്തിൽ ഒരു ജീവൽ സാഹിത്യപ്രസ്ഥാനം പിറന്ന് പടയ്ക്ക് പുറപ്പെട്ടതു മുതൽക്കാണ്. അതിനെ കണ്ടേടത്തുവച്ചെല്ലാം എതിർക്കുന്നത് ഒരു സാഹിത്യ പ്രണയിയുടെ ചുമതലയാണെന്ന് ഞാൻ വിചാരിച്ചു.'' എന്ന് ഒരിക്കൽ പുരോഗമനസാഹിത്യത്തിന്റെ ജന്മശത്രുവായി സ്വയം പ്രഖ്യാപിച്ച മാരാർക്ക് പിന്നീട് "ഇന്ന് ഏതു നിരൂപകനും ഒരു പുസ്തകമെടുത്താൽ അതിൽ മറ്റെന്തു നോക്കിയില്ലെങ്കിലും അതിന് ജീവിതവുമായുള്ള ബന്ധത്തെപ്പറ്റി ചിന്തിക്കാതെ പോകുന്നില്ല എന്നും ആശാൻ പ്രഭൃതികളുടെ കാലം നിരൂപകന്മാർക്ക് സാഹിത്യവും ജീവിതവുമായുള്ള ബന്ധത്തിലേക്ക് ഒരു വിദൂര വീക്ഷണം നല്കി എന്ന് മുമ്പ് സൂചിപ്പിച്ചുവല്ലോ, ആ ദൂരക്കാഴ്ച വേണ്ടുവോളം, ഒരുപക്ഷേ, വേണ്ട

തിലധികം തന്നെ, അടുപ്പിച്ചു തന്നതാണ് ഈ പുതുപ്രസ്ഥാനക്കാർ ചെയ്ത വലിയ ഉപകാരം. അനിഷേധ്യവും അതുവരെ അനിരൂപിതവുമായ ഒരു മഹാസത്യമാണ് അവർ സാഹിത്യകാരന്മാർക്കു മുമ്പിൽ വലിച്ചിട്ടത്" എന്നും ഏറ്റുപറഞ്ഞുകൊണ്ട് പുരോഗമന സാഹിത്യപ്രസ്ഥാനത്തിന്റെ മൗലികമായ സംഭാവനയെ അംഗീകരിക്കുകയും മാനിക്കുകയും ചെയ്യേണ്ടിവരുന്നു. മുണ്ടശ്ശേരിയുടെ 'രൂപഭദ്രതാ' വാദത്തെ അഖിലേന്ത്യാ പുരോഗമന സാഹിത്യകാര സംഘടനയുടെ അമരക്കാരനായിരുന്ന സജ്ജാദ് സാഹീറിന്റെ പ്രസംഗം ഉദ്ധരിച്ച് ദാമോദരൻ പ്രതിരോധിക്കുന്നു. "കല ഒരു വാളാണെങ്കിൽ അതിന്റെ ഉരുക്കിന് ഉറപ്പോ വായ്ത്തലയ്ക്ക് മൂർച്ചയോ പോരാതെ വന്നാൽ, എന്തെങ്കിലുമൊരു പന്തികേടു അതിനുണ്ടായാൽ, പിന്നെ അതെന്തിനു കൊള്ളാം?" എന്ന് സജ്ജാദ് സാഹിർ ചോദിക്കുന്നു. മുണ്ടശ്ശേരിയും മാരാരും കലാവീക്ഷണത്തിന്റെ കാര്യത്തിൽ ഒരേ വഞ്ചിയിലെ സഞ്ചാരികളാണെന്ന് മുണ്ടശ്ശേരിയുടെ വാക്കുകൾ ഉദ്ധരിച്ച് ദാമോദരൻ സമർത്ഥിക്കുന്നു.

ഇ എം എസ്, കെ ദാമോദരൻ, കെ കെ വാരിയർ തുടങ്ങിയ യുവകമ്യൂണിസ്റ്റുകാർ മുൻകൈയെടുത്ത് അഖിലേന്ത്യാ പുരോഗമന സാഹിത്യ സംഘടനയുടെ കേരള ഘടകമെന്ന നിലയ്ക്ക് 1937 ൽ രൂപം കൊടുത്തതാണ് ജീവൽസാഹിത്യസംഘടന എന്നത് ശരിയാണെങ്കിലും മലയാള പുരോഗമനസാഹിത്യം കാലേതന്നെ പുഷ്കലമായിരുന്നുവെന്ന് ദാമോദരൻ നിരീക്ഷിക്കുന്നു. ആശാന്റെയും വള്ളത്തോളിന്റെയും ചങ്ങമ്പുഴയുടെയും കവിതകളിൽ, ചന്തുമേനോന്റെ നോവലുകളിൽ, ദേവിന്റെയും തകഴിയുടെയും കഥകളിൽ, വി ടി യുടെയും എം ആർ ബിയുടെയും നാടകങ്ങളിൽ, കേസരി ബാലകൃഷ്ണപിള്ളയുടെ സാഹിത്യരൂപപഠനങ്ങളിൽ എല്ലാം പുരോഗമനസാഹിത്യസങ്കല്പങ്ങൾ പലതും സാക്ഷാൽക്കരിക്കപ്പെട്ടിരുന്നു. കവിതയെഴുതിയതിന്റെപേരിൽ സുബ്രഹ്മണ്യൻ തിരുമുമ്പിനെ അധികാരികൾ ശിക്ഷിച്ച് ജയിലിലിലടയ്ക്കുക പോലും ചെയ്തിരുന്നു.

മറുഭാഗത്ത് പെട്ടരഴിയും ചെറിയ രാമനെളയതിനെപ്പോലുള്ളവർ പദ്യരചനയിലൂടെ ജാതിമേല്ക്കോയ്മയെ നിർല്ലജ്ജം നീതിവല്ക്കരിക്കാൻ മുന്നോട്ട് വന്നിരുന്നു. വി ടി പത്രാധിപരായ *ഉൽബുദ്ധ കേരള*ത്തിൽ കുട്ടികൃഷ്ണമാരാർ 'കലകലയ്ക്കുവേണ്ടി' (1936) എന്ന പ്രബന്ധം പ്രസിദ്ധപ്പെടുത്തുന്നു. "കലയ്ക്കു കലയാവുക എന്നതിൽക്കവിഞ്ഞ് മറ്റൊരു ഉദ്ദേശ്യവുമില്ല. സമൂഹത്തോട് യാതൊരു ഉത്തരവാദിത്വവുമില്ല" എന്നദ്ദേഹം വാദിക്കുന്നു അതിനെ ഖണ്ഡിച്ച് ഇ എം എസും കെ ദാമോദരനും ഉൽബുദ്ധകേരളത്തിൽ എഴുതുന്നു.

ഇങ്ങനെയൊരു പശ്ചാത്തലത്തിലാണ് 1937 ൽ തൃശൂരിൽ ജീവൽസാഹിത്യ സമ്മേളനം ചേരുന്നത്. സമ്മേളനത്തിൽ അവതരിപ്പിച്ച നാലു പ്രബന്ധങ്ങളിൽ ഏറ്റവും ദീർഘിച്ച, 'പഴയ സാഹിത്യവും നമുക്കാവശ്യമുള്ള പുതിയ സാഹിത്യവും' എന്ന ദാമോദരന്റെ ലേഖനം, സഞ്ജയൻ തന്റെ *കേരള പത്രിക*യിൽ മൂന്നു ലക്കങ്ങളിലായി പ്രസിദ്ധീകരിക്കുകയും ജീവൽ

സാഹിത്യത്തിനെതിരെ കുരിശുയുദ്ധം തന്നെ തുടങ്ങുകയും ചെയ്തു. ജീവൽസാഹിത്യത്തെ അനുകൂലിച്ചും പ്രതികൂലിച്ചും പത്രപംക്തികളിലും സാഹിത്യസമ്മേളനങ്ങളിലും വലിയ വാദപ്രതിവാദങ്ങൾ ഉണ്ടായി. ജി ശങ്കരക്കുറുപ്പും പി ശങ്കരൻ നമ്പ്യാരും ജീവൽസാഹിത്യത്തെ അനുകൂലിച്ച് ലേഖനങ്ങൾ എഴുതി. ഇതിന്റെയെല്ലാം ഗുണഫലമെന്നോണം, മാരാർ കല കലയ്ക്കുവേണ്ടി എന്ന നിലപാട് ഉപേക്ഷിക്കുകയും കല ജീവിതം തന്നെ എന്ന പുതിയ നിലപാട് സ്വീകരിക്കുകയും ചെയ്തു. 1939 ൽ ബക്കളം സമ്മേളനത്തിൽ ജീവൽസാഹിത്യ സംഘടനയുടെ സെക്രട്ടറിയായി കെ ദാമോദരൻ തെരഞ്ഞെടുക്കപ്പെട്ടു. അപ്പോഴേക്കും രണ്ടാം ലോകമഹായുദ്ധം ആരംഭിച്ചിരുന്നു. ദാമോദരനും മറ്റും ഒന്നുകിൽ ജയിലിലാവുകയോ അല്ലെങ്കിൽ ഒളിവിൽ പോവുകയോ ചെയ്തു. ജീവൽസാഹിത്യസംഘം ശിഥിലമായി. എന്നാൽ അത് ഉയർത്തിക്കൊണ്ടുവന്ന ആശയങ്ങളും നിലപാടുകളും എഴുത്തുകാരിലും വായനക്കാരിലും സ്വാധീനം ചെലുത്തുകയും വ്യാപകമായി പ്രചരിക്കുകയും ചെയ്തു.

പുരോഗമനസാഹിത്യ പ്രസ്ഥാനത്തിന്റെ ചരിത്രത്തിൽ കമ്യൂണിസ്റ്റ് സാഹിത്യകാരന്മാർ വഹിച്ച ഉജ്ജ്വലമായ പങ്കിനെ ഉയർത്തിപ്പിടിക്കുമ്പോൾത്തന്നെ താനടക്കമുള്ളവർക്ക് പറ്റിയ ഗുരുതരമായ പിശകുകൾ തുറന്നുപറയാനും ദാമോദരൻ സന്നദ്ധനാവുന്നുണ്ട്. അഖിലേന്ത്യാ പുരോഗമനസാഹിത്യസംഘടനയുടെ മാനിഫെസ്റ്റോവിൽ വിശപ്പിനും ദാരിദ്ര്യത്തിനും രാഷ്ട്രീയ അടിമത്തത്തിനും എതിരെ പോരാടുന്നത് സാഹിത്യകാരന്മാരുടെ കടമകളിൽ ഒന്നാണെന്ന് എഴുതിയിട്ടുണ്ട്. എന്നാൽ കേരളത്തിലെ കമ്യൂണിസ്റ്റ് സാഹിത്യകാരന്മാർ അതുമാത്രം പരിഗണിക്കുകയും തുല്യപ്രാധാന്യമുള്ള വിജ്ഞാപനം എടുത്തുപറയുന്ന ഇതര ദൗത്യങ്ങൾ അവഗണിക്കുകയുമാണുണ്ടായതെന്ന് ദാമോദരൻ ഓർത്തു പറയുന്നു. 'തൊള്ളായിരത്തി മുപ്പതുകളിൽ കേരളത്തിൽ പ്രത്യക്ഷപ്പെട്ട പുരോഗമന പ്രവണതകളുടെ അർത്ഥവും വ്യാപ്തിയും തിരിച്ചറിയാനോ അവയെ കൂട്ടിയോജിപ്പിക്കാനോ കഴിയാതെ പോയി. ടാഗോറും സരോജിനി നായിഡുവുമൊക്കെ അനുഗ്രഹിച്ച പുരോഗമനസാഹിത്യപ്രസ്ഥാനം കർഷകരുടെയും തൊഴിലാളികളുടെയും അടിയന്തരാവശ്യങ്ങൾ ആവിഷ്കരിക്കാനുള്ള ഉപാധി മാത്രമായി വിഭാവനം ചെയ്തതിലും താനടക്കമുള്ളവർക്ക് തെറ്റുപറ്റിയെന്ന് ദാമോദരൻ സമ്മതിക്കുന്നു. കമ്യൂണിസ്റ്റ് സാഹിത്യകാരൻ തൊഴിലാളിയെയും കൃഷിക്കാരനെയും മനുഷ്യന്റെ വിചാരവികാരങ്ങൾ ഉള്ള സങ്കീർണ്ണ വ്യക്തിത്വങ്ങളായി സങ്കല്പിക്കുന്നതിനു പകരം ഭൂമിക്കും കൂലിക്കും വേണ്ടി പോരാടുന്ന സാമ്പത്തിക മനുഷ്യർ മാത്രമായി അവതരിപ്പിച്ചു. അവർ കമ്യൂണിസ്റ്റുകാരല്ലാത്ത പുരോഗമന സാഹിത്യകാരന്മാരുടെ കൃതികളെ മാത്രമല്ല, പഴയ സാഹിത്യ കൃതികളെയും വിമർശനപരമായി വിലയിരുത്താൻ മുതിരുകയുണ്ടായില്ല. മാർക്സിസ്റ്റ് കലാദർശനം അന്ന് ശൈശവാവസ്ഥയിൽ ആയിരുന്നുവെങ്കിലും മാർക്സിന്റെയും എംഗൽസിന്റെയും ലെനിന്റെയും കൃതികളിൽ ചിതറിക്കിടക്കുന്ന

ഉൾക്കാഴ്ചകളെ ഉൾക്കൊള്ളാനോ പ്രയോജനപ്പെടുത്താനോ തങ്ങൾക്ക് കഴിഞ്ഞില്ലെന്നും ദാമോദരൻ ഏറ്റുപറയുന്നു. സർവ്വോപരി പുരോഗമന സാഹിത്യകാരന്മാരുടെ വിശാലവേദിയായി വികസിപ്പിക്കാതെ എഴുത്തുകാരുടെ സംഘടനയെ, പാർട്ടിയുടെ അതാത് കാലത്തെ നയങ്ങൾകൊണ്ട് എഴുതുന്നവരുടെ സങ്കുചിത വേദിയായി വെട്ടിച്ചുരുക്കുകയാണ് ചെയ്തതെന്നും ദാമോദരൻ പറയുന്നു.

'44 ൽ ഷൊർണ്ണൂരിൽ ചേർന്ന പുരോഗമനസാഹിത്യസമ്മേളനം വിശാലമായ യോജിപ്പിന്റെ വേദിയായെങ്കിലും '48 ൽ നടന്ന തൃശൂർ സമ്മേളനത്തിൽ സംഘടന പിളർപ്പിലേക്ക് നീങ്ങുകയുണ്ടായി. അതിന്റെ രാഷ്ട്രീയമായ കാരണങ്ങളെപ്പറ്റി ഇ എം എസ് എഴുതിയിട്ടുണ്ട്. എന്നാൽ സാംസ്കാരിക മുന്നണി കെട്ടിപ്പടുക്കുന്നതു സംബന്ധിച്ച പാർട്ടിയുടെ സെക്ടേറിയൻ' ധാരണകൾമൂലം സംഭവിച്ച നയപരവും സംഘടനാപരവുമായ പിഴവുകളെപ്പറ്റി കെ ദാമോദരൻ വിമർശനാത്മകമായി വിവരിക്കുന്നുണ്ട്. സമ്മേളനത്തിൽ അവതരിപ്പിക്കാനുള്ള രേഖ ഇ എം എസും കെ ദാമോദരനും എം എസ് ദേവദാസും കൂടി തയ്യാറാക്കി. ദാമോദരൻ പത്രാധിപരായ കമ്യൂണിസ്റ്റിൽ പ്രസിദ്ധീകരിച്ചു. ഇത് സംഘടനയിലെ കമ്യൂണിസ്റ്റ് ഇതര സാഹിത്യകാരന്മാരെ അന്യവല്ക്കരിക്കാനാണ് ഉതകിയത്. കേവലം ഒരു രാഷ്ട്രീയ രേഖയായ അത്, സ്വകാര്യമായി തയ്യാറാക്കി ഏകപക്ഷീയമായി പ്രസിദ്ധീകരിച്ചത്, ജനാധിപത്യ വിരുദ്ധമായ നടപടിയാണെന്നും സമ്മേളനത്തിൽ മറ്റൊരു രേഖ അവതരിപ്പിക്കണമെന്നും അവർ വാദിച്ചു. ഒടുവിൽ ഒരു നയരേഖയും അവതരിപ്പിക്കാതെ സമ്മേളനം നടന്നു. ടൗൺഹാളിൽ നടന്ന പൊതുസമ്മേളനം ജനനിബിഡമായിരുന്നു. എം പി പോളിന്റെ അദ്ധ്യക്ഷപ്രസംഗം യോജിപ്പിനുള്ള ആഹ്വാനമായിരുന്നു. "കലാഗുണമില്ലാത്ത പ്രചാരണം നല്ല സാഹിത്യവുമല്ല. നല്ല പ്രചരണവുമല്ല" എന്നദ്ദേഹം പറഞ്ഞു. കൂട്ടത്തിൽ സ്റ്റാലിന്റെ സാഹിത്യസമീപനത്തെ വിമർശിക്കുകയും ട്രോട്സ്കിയുടെ എഴുത്തുരീതി സ്റ്റാലിന്റേതിനേക്കാൾ ആകർഷകമാണെന്ന് പറയുകയും ചെയ്തു. അതോടെ കമ്യൂണിസ്റ്റുകാർ എം പി പോളിനെ എഴുതിത്തള്ളി! മുണ്ടശ്ശേരി, രൂപഭദ്രതയെക്കുറിച്ചുള്ള തന്റെ ആശയങ്ങൾ അവതരിപ്പിച്ചതും ആ പൊതുമ്മേളനത്തിലാണ്. അതിന് എതിർത്തുകൊണ്ട് ജനഹൃദയങ്ങളെ സ്വാധീനിക്കാൻ ശ്രമിക്കുന്ന കമ്യൂണിസ്റ്റുകാർക്ക് തങ്ങളെഴുതുന്നത് കലാഭംഗിയുള്ളതാവണം എന്നാരും പഠിപ്പിക്കേണ്ടതില്ലെന്നും മുണ്ടശ്ശേരിയുടെ രുപഭദ്രതാവാദത്തിൽ ഒളിഞ്ഞിരിക്കുന്നത് അദ്ദേഹത്തിന്റെ ജനവിരുദ്ധവും തൊഴിലാളി വിരുദ്ധവുമായ ആശയങ്ങളാണെന്നും രൂപമല്ല, ഉള്ളടക്കമാണ് എഴുത്തുകാരന് പ്രധാനമെന്നും ദാമോദരൻ വാദിച്ചു. ആ വിവാദത്തിലേക്ക് തിരിഞ്ഞു നോക്കി, അന്ന് മുണ്ടശ്ശേരിയും താനും പറഞ്ഞതിൽ പാതി ശരിയുണ്ടായിരുന്നുവെന്നും രൂപവും ഭാവവും പ്രധാനമാണെന്നും എന്നാൽ രണ്ടുപേരും അവയെ വേർതിരിച്ചാണ് പരിഗണിച്ചതെന്നും രൂപ

ഭാവങ്ങൾ അവിഭാജ്യമായ ഒരേകകമാണെന്നും ദാമോദരൻ പില്ക്കാലത്ത് എഴുതുന്നുണ്ട്.

സാഹിത്യശാസ്ത്രപരമായ സംവാദങ്ങളിൽ സജീവമായി ഇടപെടുന്നതോടൊപ്പം സർഗ്ഗാത്മക രചനകളിലും ദാമോദരൻ വ്യാപൃതനായിരുന്നു. അദ്ദേഹം കഥകളും കവിതകളും എഴുതി. 1936 ൽത്തന്നെ, *കണ്ണുനീർ* എന്ന കഥാസമാഹാരം പ്രസിദ്ധീകരിച്ചിരുന്നു. എന്നാൽ മലയാള സാഹിത്യ ചരിത്രത്തിൽ ദാമോദരന് ചിരപ്രതിഷ്ഠ നല്കിയത്. *പാട്ടബാക്കി*യാണ്. 1937 ൽ കർഷകസംഘത്തിന്റെ പൊന്നാനി താലൂക്ക് സമ്മേളനത്തിൽ അവതരിപ്പിക്കാൻ ഒരു നാടകം വേണം എന്ന് ദാമോദരൻ പറയുന്നു. എല്ലാവരും യോജിക്കുന്നു. ഏതെങ്കിലും നാടകം പോര, കർഷകരുടെയും തൊഴിലാളികളുടെയും ജീവിതം ചിത്രീകരിക്കുന്ന നാടകമാവണമെന്ന് ഇ എം എസ് അഭിപ്രായപ്പെടുന്നു. അങ്ങനെയൊരു നാടകം അതുവരെ മലയാളത്തിൽ ആരും എഴുതിയിട്ടില്ല. അന്ന് ജനങ്ങളെ ആകർഷിച്ചിരുന്നത് സംഗീത നാടകങ്ങളാണ്. സംസ്കൃതമടക്കമുള്ള ചില മറുഭാഷ നാടകങ്ങൾ തർജ്ജമ ചെയ്യപ്പെട്ടിരുന്നു. ഇബ്സന്റെ നാടകസങ്കല്പങ്ങളുടെ ചുവട് പിടിച്ച് എൻ കൃഷ്ണപിള്ള *ഭഗ്നഭവനം* എഴുതിക്കഴിഞ്ഞിരിക്കുന്നു. 'വി ടി യുടെയും എം ആർ ബിയുടെയും പ്രസിദ്ധമായ പ്രഹസനങ്ങൾക്ക് ശ്രദ്ധേയമായചില അരങ്ങേറ്റങ്ങൾ നടന്നിരുന്നു. മലയാള നാടകത്തിന്റെ ഇത്തരമൊരു സന്ദർഭത്തിലാണ് *പാട്ടബാക്കി* വരുന്നത്. സമ്മേളനത്തിൽ അവതരിപ്പിക്കാൻ പുതിയൊരു നാടകം വേണമെന്നും അത് ദാമോദരൻ തന്നെ എഴുതണമെന്നും തീരുമാനമായി. രണ്ട് ദിവസം കൊണ്ട് നാടകമെഴുതി, രണ്ടോ മൂന്നോ ദിവസം റിഹേഴ്സൽ നടത്തി, സമ്മേളനാനന്തരം *പാട്ടബാക്കി* അരങ്ങേറുന്നു. നാടകം 'ഏശി' എന്നെല്ലാവരും സമ്മതിക്കുന്നു.

ചെറുകാടും തോപ്പിൽ ഭാസിയും കെ ടി മുഹമ്മദും പൊൻകുന്നം വർക്കിയും പി ജെ ആന്റണിയും പി എം താജുമെല്ലാം പില്ക്കാലത്ത് സമ്പന്നമാക്കിയ കേരളത്തിലെ രാഷ്ട്രീയ നാടകവേദിയുടെ പ്രോദ്ഘാടനമാണ് *പാട്ടബാക്കി*യിലൂടെ കെ ദാമോദരൻ നിർവ്വഹിച്ചത്. "ഒരു ദിവസം 'ഇൻസ്പിറേഷൻ' വന്ന് ശല്യമുണ്ടാക്കിയതുകൊണ്ട് എഴുതിയതല്ല." പാട്ടബാക്കിയെന്ന് സി ജെ തോമസ് നിരീക്ഷിച്ചിട്ടുണ്ട്. ജനങ്ങൾ രാഷ്ട്രീയത്തിലേക്ക് കടന്നുവരുന്നത് ആദ്യം അവരവരുടെ ജീവിതപ്രാരാബ്ധങ്ങളുടെ പരിഹാരത്തിനുള്ള വഴി തേടിയാണ്. വർഗ്ഗപ്രശ്നങ്ങൾ ഉയർത്തി വർഗ്ഗസമരങ്ങൾ വളർത്തിയെടുക്കുന്നതിലൂടെ മാത്രമേ സാധാരണ ജനങ്ങൾക്ക് രാഷ്ട്രീയബോധവും ദേശീയബോധവും കൈവരുകയുള്ളൂ. രാജ്യത്തിന്റെ സ്വാതന്ത്ര്യസമരത്തിന്റെ ഒരു സവിശേഷ ഘട്ടത്തിൽ കമ്യൂണിസ്റ്റുകാർ ഏറ്റെടുത്തത് ഈ ദൗത്യമായിരുന്നു. വർഗ്ഗസമരങ്ങളെ ദേശീയ വിമോചന പ്രസ്ഥാനവുമായി കൂട്ടിവിളക്കുന്നതിന്റെ ഈ രാഷ്ട്രീയമാണ് *പാട്ടബാക്കി*യുടെ പ്രമേയം, ഒരു തൊഴിലാളി നായകനാവുകയും സാമ്പത്തിക ചൂഷണത്തിന്റെ പ്രശ്നം ഇതിവൃത്തമാവുകയും ചെയ്യുന്ന

ആദ്യത്തെ മലയാള നാടകമാണ് കെ ദാമോദരൻ എഴുതിയത്. കോടതി വ്യവഹാരങ്ങളിൽ പുലരുന്ന അനീതിയെക്കുറിച്ച് അനുഭവതീവ്രതയോടെ അറിയാനും പറയാനും ഒരു ജഡ്ജിയേക്കാൾ തടവുകാരന് കഴിയും. തൊഴിലാളി നായകനാവുമ്പോൾ സാമ്പത്തികചൂഷണത്തിന്റെ സങ്കടങ്ങളും സംഘർഷങ്ങളും ഉടൽപൊള്ളുംവിധം അവതരിപ്പിക്കാൻ കഴിയും. എന്നാൽ തൊഴിലാളിയെ കേവലം സാമ്പത്തികമനുഷ്യനായി മാത്രം കൈകാര്യം ചെയ്തുവെന്നും മനുഷ്യാവസ്ഥയുടെ സമഗ്രതയിൽ അവതരിപ്പിക്കാൻ തനിക്ക് കഴിഞ്ഞില്ലെന്നും പിന്നീട് നടത്തിയ ആത്മവിമർശനം കൂടി ചേർന്നതാണ് കെ ദാമോദരന്റെ ലെഗസിയെന്ന് അല്പം വൈകിപ്പോയെങ്കിലും പുതുകാലത്തെ പുരോഗമനസാഹിത്യം തിരിച്ചറിയുന്നുണ്ട്.

8

സാംസ്കാരിക മുന്നണിക്കകത്തെ ഐക്യവും സമരവും

പുരോഗമനസാഹിത്യത്തിന്റെ ചരിത്രത്തെയും വർത്തമാനത്തെയും സ്പർശിക്കുന്ന സച്ചിദാനന്ദന്റെ കുറിപ്പ്, വിശാലമായ അർത്ഥത്തിൽ യോജിക്കാവുന്നതും വിശദാംശങ്ങളിൽ വിയോജിപ്പുകൾക്ക് വകയരുളുന്നതും ആകുന്നു. ബൃഹദാഖ്യാനങ്ങളിൽ അവിശ്വാസം പ്രഖ്യാപിച്ച ഉത്തരാധുനികതയുടെ "കാലം അസ്തമിച്ചു" എന്നും മുതലാളിത്ത പ്രതിസന്ധിയെപ്പറ്റി തൊഴിലാളിവർഗ്ഗത്തിന്റെ വിപ്ലവദൗത്യത്തെപ്പറ്റിയും ഉള്ള മാർക്സിസ്റ്റ് സിദ്ധാന്തങ്ങളും സങ്കല്പങ്ങളും അതിശക്തിയായി സാധൂകരിക്കപ്പെടുന്ന സാഹചര്യമാണ് വളർന്നുവരുന്നതെന്നും അദ്ദേഹം ചൂണ്ടിക്കാട്ടുന്നു. എന്നാൽ തന്റെ ഈ വാദത്തിന് പിൻബലമേകാൻ 'ദറിദ'യുടെ 'മാർക്സിന്റെ ഭൂതങ്ങ'ളിൽ നിന്ന് ഉദ്ധരിക്കുക തുടങ്ങിയ അബദ്ധങ്ങളും സച്ചിദാനന്ദന് പറ്റിപ്പോകുന്നുണ്ട് ക്രിസ്തുവില്ലാത്ത ക്രിസ്തുമതം പോലെയാണ് ദറിദയുടെ 'മാർക്സിസമില്ലാത്ത മാർക്സിസം' (Marxism without Marxism) എന്ന് ടെറി ഈഗിൾടൺ എഴുതിയിട്ടുണ്ട്.

മുതലാളിത്തത്തിന്റെ മൂർച്ഛിച്ചുവരുന്ന പ്രതിസന്ധികൾ മാർക്സിസത്തിന്റെ പ്രസക്തിയെ ആവർത്തിച്ചു തെളിയിക്കുന്നു എന്ന സച്ചിദാനന്ദന്റെ കണ്ടെത്തൽ ശരിയാണ്. എന്നാൽ ജനാഭിലാഷവും ഭരണനയങ്ങളും തമ്മിൽ, ഉല്പാദനരീതികളും ബന്ധങ്ങളും തമ്മിൽ, സംഘർഷമുണ്ടാവുമ്പോൾ, വികസനം ജനവിരുദ്ധമാവുമ്പോൾ, പരിസ്ഥിതിനശിക്കുമ്പോൾ, വിഭവശോഷണം ഉണ്ടാവുമ്പോൾ ഒക്കെ മുതലാളിത്ത പ്രതിസന്ധി ഉടലെടുക്കുമെന്നുള്ള അദ്ദേഹത്തിന്റെ നിരീക്ഷണം പിശകാണ്. ജനങ്ങളെ ബാധിക്കുന്ന പ്രശ്നങ്ങളോ പ്രതിസന്ധികളോ മുതലാളിത്തത്തിന് ബാധകമോ, മാരകമോ അല്ല. തൊഴിലില്ലായ്മയും വിലക്കയറ്റവുമെല്ലാം അതിന് ബാദ്ധ്യതയല്ല, സാദ്ധ്യതയാണ്. വറചട്ടിയിൽനിന്ന് എരിതീയിലേക്ക് ജന

ജീവിതം വലിച്ചെറിഞ്ഞുകൊണ്ടാണ് അത് വളരുന്നത്. മുടക്കുമുതൽ ലാഭമായും ലാഭം വീണ്ടും മുടക്കുമുതലായും, രൂപാന്തരപ്പെടുന്ന പ്രക്രിയ നിരന്തരം, നിർബ്ബാധം മുന്നോട്ടുപോയാൽ മുതലാളിത്തത്തിന് സംതൃപ്തിയായി. ആ വൃത്തം എവിടെയെങ്കിലും പൊട്ടിയാൽ അത് കുഴപ്പത്തിലുമായി. ആഗോളവല്കരണം മുതലാളിത്തത്തിന് മിച്ചമൂല്യവും ലാഭവും വർദ്ധിപ്പിക്കാൻ പുതിയ പുതിയ വഴികൾ തുറന്നിട്ടു. എന്നാൽ കൂടുതൽ കിട്ടുന്ന ലാഭം തുടർന്ന് പുനർനിക്ഷേപം നടത്താൻ പ്രേരണയേകുന്ന കമ്പോള കാലാവസ്ഥയാണ് ഇല്ലാത്തത്. ഈ പ്രതികൂല സാഹചര്യം പില്ക്കാല മുതലാളിത്തത്തെ മാന്ദ്യഗ്രസ്തമാക്കിയിരിക്കുന്നു.

ജീവൽസാഹിത്യചരിത്രം വിമർശനാത്മകമായി സച്ചിദാനന്ദൻ വിലയിരുത്തുന്നുണ്ട്. "ദളിത്, ആദിവാസി, മുസ്ലീം ക്രിസ്ത്യൻ പ്രശ്നങ്ങളൊക്കെ ജീവൽസാഹിത്യം പാർശ്വവല്കരിച്ചു എന്നും, അതിന്റെ "സ്ത്രീയെപ്പറ്റിയുള്ള സങ്കല്പം വളരെ സങ്കുചിതമായിരുന്നു" എന്നും "അന്നത്തെ ആദർശവനിത നല്ല വീട്ടമ്മയായിരുന്നു." എന്നും അദ്ദേഹം പറയുന്നു. "അക്കാലത്തെ എഴുത്തുകാർ തങ്ങളുടെ കൃതികളിൽ സംഘർഷങ്ങളുടെ അനേകം തലങ്ങളെ ഊർജ്ജസ്വലമാക്കി. ജാതീയം, വർഗ്ഗീയം, ലിംഗപരം എന്നിങ്ങനെ അനേകം തലത്തിലുള്ള സംഘർഷങ്ങൾ അന്നുണ്ടായിരുന്നു. അവയ്ക്ക് സങ്കീർണ്ണമായ ഘടന കണ്ടെത്താൻ അവർക്ക് കഴിഞ്ഞു." എന്ന് പിന്നീട് പുരോഗമനസാഹിത്യത്തെക്കുറിച്ചുള്ള പ്രിയംവദാ ഗോപാലന്റെ പുസ്തകത്തിൽനിന്ന് ഉദ്ധരിച്ചുകൊണ്ട് തന്റെ വാദം തെറ്റാണെന്ന് സച്ചിദാനന്ദൻ സ്വയം സമ്മതിക്കുന്നു. മറ്റൊരിടത്ത് ജീവൽസാഹിത്യം കൊണ്ടുവന്ന ഗുണാത്മകവശങ്ങൾ പ്രതിപാദിക്കുമ്പോൾ "ഭ്രഷ്ടരാക്കപ്പെട്ട മനുഷ്യരും പ്രമേയങ്ങളും സാഹിത്യത്തിന്റെ കേന്ദ്രത്തിൽ ഇടംതേടി ഉദാ: തോട്ടികൾ, ലൈംഗികത്തൊഴിലാളികൾ, സ്ത്രീകൾ..' എന്ന് പറയുന്നു. അപ്പോൾ താനാദ്യം പ്രസ്താവിച്ചപോലെ ജീവൽസാഹിത്യം ദളിത്-സ്ത്രീപ്രശ്നങ്ങൾ "പാർശ്വവല്ക്കരിക്കുക"യല്ല തീവ്രമായ ഭാഷയിൽ പ്രകാശിപ്പിക്കുകയാണുചെയ്തെന്ന് പറഞ്ഞ് തന്നെത്തന്നെ തിരുത്തുന്നു. ഇങ്ങനെ സദാ വിപരീതധ്രുവങ്ങളിലേക്ക് സഞ്ചരിച്ചുകൊണ്ടിരിക്കുന്ന അഭിപ്രായങ്ങളും, ആശയങ്ങളും നിരീക്ഷണങ്ങളും പറയുകയും എഴുതുകയും ചെയ്യുമ്പോൾ ഏവരുടെയും അരുമയായി, അജാതശത്രുവായി വാഴാനുള്ള സച്ചിദാനന്ദന്റെ അമിതവ്യഗ്രതയാണ് ഒളിയ്ക്കാനിടമില്ലാതെ വെളിച്ചപ്പെടുന്നത്. അഭിപ്രായം ഉലക്കയല്ല ഉഴിഞ്ഞാലാണെന്ന വിശ്വാസം തനിക്ക് ചാർത്തിത്തരുന്നത് സാഹിത്യസംവാദമണ്ഡലത്തിൽ ആർക്കും ഒട്ടും അസൂയ തോന്നാത്ത സ്ഥാനവും പദവിയുമാണെന്ന് അദ്ദേഹത്തിനറിയില്ലെന്ന് തോന്നുന്നു.

നവോത്ഥാനവും ദേശീയപ്രസ്ഥാനവും സമത്വത്തിനുവേണ്ടിയുള്ള സമരങ്ങളും പുരോഗമനസാഹിത്യവുമൊന്നും കേരളീയ സമൂഹത്തിൽ ഒരു മാറ്റവും വരുത്തിയിട്ടില്ലെന്നും കേരളത്തിന്റെ സമ്പദ്വ്യവസ്ഥപോലും പരിഷ്കരിക്കപ്പെട്ടില്ലെന്നും അന്ന് സർവ്വതും നിയന്ത്രിച്ചിരുന്ന 10% ആളു

കൾ തന്നെയാണ് ഇന്നും എല്ലാം കൈയടക്കിവെച്ചിട്ടുള്ളതെന്നും സച്ചിദാനന്ദൻ പറയുമ്പോൾ ഇരുപതാംനൂറ്റാണ്ടിന്റെ ചരിത്രം മുഴുവൻ എഴുതിത്തള്ളുകയാണ് ചെയ്യുന്നത്. പുതിയ കേരളം പുലർന്നുകാണാൻ ഇവിടെ നടന്ന സമരങ്ങളെ സംത്യാഗങ്ങളെ രക്തസ്നാനമായ രണസ്മാരകങ്ങളെ എല്ലാം അദ്ദേഹം അരികിലേക്ക് വകഞ്ഞുമാറ്റുന്നു. ചരിത്രത്തിലെ പാഴ്ച്ചെലവുകളുടെ പട്ടികയിൽ എഴുതിച്ചേർക്കുന്നു. ഇടതുപക്ഷത്താണെന്ന പ്രതീതി നിലനിർത്തുമ്പോൾതന്നെ ഇങ്ങനെയൊക്കെ പറയുമ്പോൾ പരോക്ഷമായി സേവിക്കുന്നത് വലതുപക്ഷത്തെയല്ലേ എന്നാരെങ്കിലും ചോദിച്ചാൽ അവരെ കുറ്റപ്പെടുത്താനാവില്ല. പോയനൂറ്റാണ്ടിൽ കേരളത്തിൽ പുരോഗതിയും മറ്റുമല്ല അധോഗതിയാണ് വന്നുപെട്ടതെന്ന് തുടർച്ചയായി പറഞ്ഞുകൊണ്ടിരിക്കുന്ന പി പരമേശ്വരന്റെയും എം ജി എസ് നാരായണന്റെയും കൂട്ടത്തിലാണ് കെ സച്ചിദാനന്ദൻ എന്ന് വരുന്നത് കഷ്ടമല്ലേ? ബോധപൂർവ്വമായ ഇത്തരം വളച്ചൊടിക്കലുകൾ, കുറ്റകരമായ മൗനങ്ങൾ, മറവികൾ– ഇവയെല്ലാം ഉടനീളം അദ്ദേഹത്തിന്റെ പുരോമനസാഹിത്യാവലോകനത്തിൽ ഉണ്ട്. 1937 ൽ ജീവൽസാഹിത്യസംഘം രൂപം കൊടുത്തവരിൽ എം എസ് ദേവദാസിന്റെയും കെ ദാമോദരന്റെയും അച്ചുതക്കുറുപ്പിന്റെയും പേര് പറയുമ്പോഴും ഇ എം എസിന്റെ പേർ വിട്ടുപോയത് യാദൃച്ഛികമാവാനിടയില്ല. പുരോഗമനസാഹിത്യചരിത്രം പുനരാഖ്യാനം ചെയ്ത് കേരളത്തിലെ സാംസ്കാരിക വലതുപക്ഷത്തെ സച്ചിദാനന്ദൻ സന്തോഷിപ്പിക്കുന്നു.

പുരോഗമനസാഹിത്യസംഘടന പിളർന്നതും തളർന്നതും കമ്യൂണിസ്റ്റുകാരുടെ സെക്ടേറിയൻ പിശകുകൾകൊണ്ടാണെന്ന് പറഞ്ഞാൽ അത് പാതി മാത്രമേ ശരിയാവുകയുള്ളൂ. സി പി ഐ യുടെ നയങ്ങളിൽ മാത്രമല്ല, ഇന്ത്യൻ രാഷ്ട്രീയത്തിലും മൗലികമായ മാറ്റങ്ങൾ സംഭവിച്ചിരുന്നു. ബ്രിട്ടീഷ് കൊളോണിയലിസ്റ്റുകൾക്ക് പകരം നാടൻ ബൂർഷ്വാസിയുടെ നേതൃത്വത്തിലുള്ള സ്വതന്ത്രഭാരത ഭരണം നിലവിൽ വന്നു. അതുവരെ കൊളോണിയലിസത്തിനെതിരെ യോജിച്ചുനിന്നവർക്ക് ഇന്ത്യൻ ഭരണവർഗ്ഗത്തോടുള്ള സമീപനം സംബന്ധിച്ച് ഗൗരവമായ വിയോജിപ്പുകൾ ഉണ്ടായത് സ്വാഭാവികമാണല്ലോ. ഈ വിയോജിപ്പുകൾ കൂടി പുരോഗമന സാഹിത്യസംഘത്തിന്റെ അക്കാലത്തെ ഭിന്നിപ്പിൽ പ്രതിഫലിച്ചിരുന്നുവെന്ന് കാണേണ്ടതുണ്ട്. അന്നത്തെ കമ്യൂണിസ്റ്റു എഴുത്തുകാരുടെ നിലപാടുകളിൽ നിഴലിച്ച കുറ്റകരമായ വ്യതിയാനങ്ങളും പാളിച്ചകളും കടുത്ത വിമർശനം അർഹിക്കുകയും ചെയ്യുന്നുണ്ട്.

ആധുനികവും ആധുനികോത്തരവു(സ്വത്വാധിഷ്ഠിതം)മായ സാഹിത്യപ്രസ്ഥാനങ്ങളോട് “നിഷേധാത്മകസമീപനം” തുടരുന്നതും അടിയന്തരമായി തിരുത്തണമെന്ന സച്ചിദാനന്ദന്റെ ഉപദേശം അപ്പടി ഉൾക്കൊള്ളാൻ ബുദ്ധിമുട്ടുണ്ട്. സാഹിത്യത്തിലെ ‘റിയലിസ’ത്തെക്കുറിച്ച് ലൂക്കാച്ചും ബ്രഹ്ത്തും തമ്മിലുണ്ടായ സംവാദങ്ങളെ സച്ചിദാനന്ദൻ ഓർമ്മപ്പെടുത്തുന്നു. ലൂക്കാച്ചിന് റിയലിസം സവിശേഷമായ സാഹിത്യ

ശൈലിയോ ശാഖയോ ആയിരുന്നു ബ്രഹത്തിന് അത് കേവലം രൂപത്തിന്റെ (Form) പ്രശ്നമായിരുന്നില്ല. എഴുത്തുകാരൻ കലയോടും ജീവിതത്തോടും ബോധപൂർവ്വമോ അല്ലാതെയോ സ്വീകരിക്കുന്ന നിലപാടിന്റെ (Stand point) പ്രശ്നമായിരുന്നു. സാമൂഹ്യപ്രശ്നങ്ങളെ തൊഴിലാളി വർഗ്ഗ നിലപാടിൽ നിന്നാണോ നോക്കിക്കാണുന്നത് എങ്കിൽ അത് 'റിയലിസ'മാണെന്ന് ബ്രഹ്ത്ത് വാദിച്ചു.

ദേശാഭിമാനി സ്റ്റഡി സർക്കിളിന്റെയും മറ്റും ആഭിമുഖ്യത്തിൽ ആധുനിക സാഹിത്യപ്രവണതകളെ നിശിതമായും നിരന്തരമായും എതിർത്തത് പുതിയ കലാശൈലിയോടുള്ള വിരോധംകൊണ്ടായിരുന്നില്ല. അവരിൽ ചിലരുടെ എഴുത്തിൽ തെളിഞ്ഞുകണ്ട പ്രതിലോമ പ്രവണതകളാണ് വിമർശിക്കപ്പെട്ടത്. 'കക്കാടി'നെപ്പോലെ ചില അപവാദങ്ങൾ (Exception) ഒഴിച്ചാൽ പൊതുവെ ആധുനികർ പങ്കുവെച്ചത് ജനവിരുദ്ധവും ജനാധിപത്യവിരുദ്ധവും വിശിഷ്യ കമ്യൂണിസ്റ്റ് വിരുദ്ധവുമായ വീക്ഷണങ്ങളായിരുന്നു. ജനങ്ങൾ തിരഞ്ഞെടുത്ത ഇ എം എസ് മന്ത്രിസഭയെ അട്ടിമറിക്കാൻ സി ഐ എ പിന്തുണയോടെ നടന്ന വിമോചനസമരത്തിന്റെ സാംസ്കാരിക ഉച്ഛിഷ്ട (Cultural presidure)മാണ് മലയാളത്തിലെ ആധുനികതയെന്ന് ഇന്ന് ഏറക്കുറെ വെളിപ്പെട്ടുകഴിഞ്ഞിരിക്കുന്നു.

പുരോഗമനസാഹിത്യപ്രസ്ഥാനം 'വ്യത്യസ്ത സ്വഭാവമുള്ള എഴുത്തുകാരെയെല്ലാം ഉൾക്കൊള്ളാൻ കഴിയുന്ന പുതിയൊരു തുറന്ന സമീപനം സ്വീകരിക്കണം എന്ന നിർദ്ദേശം സ്വാഗതാർഹമാണ്. എന്നാൽ പുരോഗമനസാഹിത്യം വ്യത്യസ്തസ്വഭാവമുള്ള എഴുത്തുകാരെയെല്ലാം ഉൾക്കൊള്ളാൻ പറ്റിയ തുറന്ന സമീപനം' ഇതുവരെ സ്വീകരിച്ചിട്ടേയില്ല എന്ന് വിവക്ഷിക്കുന്നുണ്ടെങ്കിൽ അത് തികച്ചും തെറ്റാണ്. സാഹിത്യത്തിലെ മാത്രമല്ല കേരള രാഷ്ട്രീയത്തിലെത്തന്നെ വലതുപക്ഷത്തിന്റെ തലയും നാവുമായിരുന്ന തായാട്ട് ശങ്കരൻ, സുകുമാരൻ അഴീക്കോട്, എം കെ സാനു തുടങ്ങിയ പ്രമുഖർ പുരോഗമനസാഹിത്യവുമായി പില്ക്കാലത്ത് യോജിച്ചു പ്രവർത്തിക്കാൻ മുന്നോട്ടുവന്നത് പു ക സ സംഘം വ്യത്യസ്ത അഭിപ്രായങ്ങളെ ഉൾക്കൊള്ളാൻ മാത്രം വിശാലമാണ് എന്നതിന്റെ വ്യക്തമായ തെളിവാണ്. ജീവിതം മുഴുവൻ വിഭാര്യനായിരുന്ന അഴീക്കോടിനെ മാത്രമല്ല, സ്വഭാര്യയോടുംപോലും യോജിച്ച് ജീവിക്കാൻ ബുദ്ധിമുട്ട് അനുഭവിച്ചിരുന്ന സാക്ഷാൽ വൈലോപ്പിള്ളി മാസ്റ്ററെത്തന്നെ പു ക സാ യുടെ പ്രഥമാദ്ധ്യക്ഷനാക്കാൻ സാധിച്ചുവെന്നത് ഒട്ടും ചെറിയ കാര്യമല്ല. ആമരണം അദ്ദേഹം ആ പദവിയിൽ സസന്തോഷം സജീവമായി പ്രവർത്തിക്കുകയും ചെയ്തിരുന്നു. ഇവയെല്ലാം സംഘത്തിന്റെ ഉദാരമായ ഉൾക്കൊള്ളൽ മനോഭാവത്തിന്റെ ദൃഷ്ടാന്തങ്ങളല്ലേ?

പുരോഗമനസാഹിത്യസംഘം വിശാലമായ സാംസ്കാരിക മുന്നണിയാണ്. മുന്നണിയിൽ ഐക്യവും സമരവും ഉണ്ട്. ഏതു മുന്നണിയും പ്രശ്നാധിഷ്ഠിതമാണ്. പ്രശ്നപരിസരം മാറുമ്പോൾ മുന്നണിയുടെ ഘടനയിലും മാറ്റം വരും. മുന്നണിക്കകത്ത് ഐക്യം മാത്രമെങ്കിൽ അതവസ

രവാദമാണ്. സമരമേയുള്ളൂവെങ്കിൽ മുന്നണിതന്നെ അസാദ്ധ്യമാവും. ഐക്യം താല്ക്കാലികവും സമരം ശാശ്വതവുമാണ്. ഇവ തമ്മിലുള്ള വൈരുദ്ധ്യാത്മകബന്ധമാണ് മുന്നണിയെ ലക്ഷ്യം നേടുന്നതിന് പ്രാപ്ത മാക്കുന്നത്. അപ്പോൾ വ്യത്യസ്ത അഭിപ്രായങ്ങൾ മുന്നണിക്കകത്ത് ഏറ്റു മുട്ടുന്നത് ഐക്യം തകർക്കാനല്ല, മുന്നണിക്ക് അർത്ഥം പകരാൻ ഐക്യ മെന്നപോലെ സമരവും അനിവാര്യമാണെന്ന് സച്ചിദാനന്ദൻ മനസ്സിലാ ക്കേണ്ടതുണ്ട്.

സാഹിത്യമണ്ഡലത്തിലേക്കുള്ള സ്വത്വരാഷ്ട്രീയത്തിന്റെ വ്യാപനത്തെ ഉപരോധിക്കാൻ ശ്രമിക്കുന്നത് സംഘത്തിന്റെ പുറന്തള്ളൽ മനോഭാവ (Exclusivism)ത്തിന്റെ ലക്ഷണമായി സച്ചിദാനന്ദൻ വ്യാഖ്യാനിക്കുന്നു. 'ഉത്തരാധുനിക സാഹിത്യചിന്ത'കളുടെ അസ്തമനത്തെ സ്വാഗതം ചെയ്തുകൊണ്ടാണ് അദ്ദേഹം ആരംഭിച്ചത്. അത്തരം സാഹിത്യചിന്തക ളുടെ അതിപ്രസരം തന്നെയാണ് സ്വത്വവാദമെന്ന് അദ്ദേഹം അറിയില്ലെന്ന് നടിക്കുന്നു. 'പു ക സ' സ്വത്വവാദവുമായി രാജിയാവാത്തത് കഷ്ടമാണെന്ന് സച്ചിദാനന്ദൻ കരുതുന്നു. രാഷ്ട്രീയത്തെ പ്രാന്തവല്ക്കരിച്ച് സംസ്കാ രത്തെ കേന്ദ്രീകരിക്കുകയാണ്. ഉത്തരാധുനികത ചെയ്യുന്നത് അത് സാംസ്കാരിക ന്യൂനീകരണ (Cultural Reductionism) മല്ലാതെ മറ്റൊ ന്നുമല്ല. അത്തരക്കാർക്ക് സാമ്രാജ്യത്വം സാമ്പത്തികസൈനികാധിപത്യ മല്ല, കേവലം സാംസ്കാരികാധിനിവേശം മാത്രമാണ്. അപ്പോൾ സാമ്രാ ജ്യവിരോധം സംസ്കാരങ്ങൾ തമ്മിലുള്ള, സംഘർഷമായി. 'ചർച്ചും' മോസ്ക്കും' തമ്മിലുള്ള, മസ്ജിദും' മന്ദിറും തമ്മിലുള്ള ജനങ്ങളും ജന ങ്ങളും തമ്മിലുള്ള, ഏറ്റുമുട്ടലായിത്തീരുന്നതെന്ന് ഉദാഹരണങ്ങൾ ഏറെ സമകാലിക ലോകം നല്കുന്നുണ്ട്. ആഗോളവല്ക്കരണത്തിന് ബദൽ സാർവ്വദേശീയതയാണെന്ന് സച്ചിദാനന്ദൻ പറയുന്നു. എല്ലാതരത്തിലു മുള്ള സ്വത്വവാദങ്ങളോടും കണിശമായി കണക്കു തീർക്കാതെ വിപ്ലവക രമായ സാർവ്വദേശീയത താനേ വികസിച്ചുവരികയില്ലെന്ന് സച്ചിദാനന്ദ നെപ്പോലൊരാൾ അറിയാതെ വരുന്നത് അത്ഭുതമായിരിക്കുന്നു. ഇത്തരം അത്ഭുതങ്ങൾ സങ്കീർണ്ണമാണ് ഈ കാലമെന്നും അത് അവസാനിക്കാത്ത സന്ദേഹങ്ങളുടെ ജന്മഭൂമിയാണെന്നും സൂചിപ്പിക്കുന്നുണ്ട്.

9

കേരളീയ സമൂഹത്തിന്റെ മദ്ധ്യവർഗ്ഗവല്ക്കരണവും ഇടതുപക്ഷവും

അധികാരിവർഗ്ഗത്തിനും അദ്ധ്വാനവർഗ്ഗത്തിനും ഇടയിൽ സമൂഹ ശ്രേണിയുടെ നടുക്ക് ഇടംപിടിച്ചവരാണ് മദ്ധ്യവർഗ്ഗക്കാർ. ലോകജന സംഖ്യയിൽ പാതിയോളം പേർ, ഈ വിഭാഗത്തിൽപ്പെടുന്നു. മുപ്പതു ശത മാനത്തോളം ഇന്ത്യക്കാർ മദ്ധ്യവർഗ്ഗമാണ്. കേരളീയരിൽ എഴുപതുശത മാനംവരെ നിസ്സംശയം ഈ ഗണത്തിൽപ്പെടുത്താം.

കോളനി ആയിരുന്നപ്പോൾ ഇന്ത്യയിൽ മദ്ധ്യവർഗ്ഗം പൊതുവെ ഒരു 'മദ്ധ്യസ്ഥ'വർഗ്ഗ (Mediator)മായി, വിദേശഭരണക്കാർക്കും സ്വദേശീയർക്കു മിടയ്ക്ക് ഒരു പാലം പോലെയാണ് നിലകൊണ്ടത്. ആ പാരമ്പര്യം കൈവി ടാതെ പുതിയ മദ്ധ്യവർഗ്ഗം (New Middle Class) ആഗോളവല്ക്കരണത്തെ മൂകമായും വാചാലമായും പിന്തുണയ്ക്കുന്ന 'കോൺസ്റ്റിട്യുവൻസി' ആയി തുടരുന്നു. അവരിൽ ഒരു വിഭാഗം എൽ പി ജിയുടെ ഗുണഭോക്താക്കളാ ണ്. പുതുപുത്തൻ ഉപഭോഗരീതികളിൽ ആർത്തിമുഴുത്ത് സാംസ്കാരി കമായും നവംനവങ്ങളായ ധനാഗമമാർഗ്ഗങ്ങൾ തേടി സാമ്പത്തികമായും പങ്കാളികളായിക്കൊണ്ട് ആരവങ്ങളില്ലാതെ അത്യന്തം പരോക്ഷമായ, ഒട്ടും പിന്മടക്കമില്ലാത്ത അധിനിവേശ പ്രക്രിയയുമായി തങ്ങളെത്തന്നെ അവർ വിളക്കിച്ചേർത്തിരിക്കുന്നു. സർക്കാരിന്റെ ഉദാരവല്ക്കരണ നയങ്ങൾക്ക് സ്വയം പിന്തുണ നല്കുക മാത്രമല്ല അതിനാവോളം ജനസമ്മതി തേടി യെടുക്കാനും മദ്ധ്യവർഗ്ഗം കൊണ്ടുപിടിച്ച് ഉത്സാഹിക്കുന്നുണ്ട്.

ഇങ്ങനെ അധികാരത്തോടും അധിനിവേശത്തോടും പൊരുത്തപ്പെ ടാൻ വിരോധമില്ലാത്ത ഒരു ജനവിഭാഗത്തിന്റെ സാന്നിദ്ധ്യവും സ്വാധീ നവും ഏറെയുള്ള നാടാണ് കേരളം.

ഇടത്തരക്കാരെ എന്തു ചെയ്യണമെന്ന പ്രശ്നത്തിൽ സൈദ്ധാന്തിക മായും പ്രായോഗികമായും ഉത്തരം കാണാൻ ഇടതുപക്ഷത്തിന് ബാദ്ധ്യ

തയുണ്ട്. "മദ്ധ്യവർഗ്ഗത്തിന് സവിശേഷമായ വർഗ്ഗതാല്പര്യങ്ങളില്ല. അതിന്റെ മോചനം സ്വകാര്യസ്വത്തുടമാ വ്യവസ്ഥയിൽനിന്നുള്ള വിച്ഛേദമല്ല. വർഗ്ഗസമരത്തിൽ സ്വതന്ത്രമായ പങ്കുവഹിക്കാൻ പറ്റാത്ത അത് എല്ലാ നിർണ്ണായക വർഗ്ഗസമരങ്ങളെയും സമൂഹത്തിനുണ്ടാവുന്ന ആഘാതമായി കരുതുന്നു. സ്വന്തം വൈയക്തികമായ സ്വാതന്ത്ര്യത്തിന്റെ സാഹചര്യം ഒരു മദ്ധ്യവർഗ്ഗക്കാരന്റെ കണ്ണിൽ സമൂഹത്തിന്റെ ആകെ സ്വാതന്ത്ര്യവും മോചനവുമാണ്. "മാർക്സിന്റെ ഈ മദ്ധ്യവർഗ്ഗ വിമർശനം ശ്രദ്ധേയമാണ്. ജനങ്ങളുടെ സമരങ്ങളോടുള്ള അവരുടെ നിലപാട് നിഷേധാത്മകമാണ്. ഇടത്തരക്കാരുടെ വിചാരകേന്ദ്രം അഹ(egocentric)മാണ്, സമൂഹമല്ല. അവർ കലാപോന്മുഖരായാൽപ്പോലും അതൊരിക്കലും വ്യവസ്ഥാവിരുദ്ധമായി വകസിക്കുന്നില്ല. എന്നാലിതോടൊപ്പം മറ്റു ചില കാര്യങ്ങൾകൂടി ചേർത്ത് വായിക്കേണ്ടതുണ്ട്. കേരളീയ സമൂഹത്തിന്റെ മദ്ധ്യവർഗ്ഗവല്ക്കരണത്തിന് ഇടതുപക്ഷത്തിന്റെ രക്തസിക്തമായ ഭൂതകാലവുമായി ഇഴപിരിക്കാനാവാത്ത ബന്ധമുണ്ട്. ഇരുപതാം നൂറ്റാണ്ടിനെ ഇളക്കിമറിച്ച നവോത്ഥാനപ്രസ്ഥാനങ്ങൾ, സ്വതന്ത്ര്യസമരം, കമ്യൂണിസ്റ്റ് നേതൃത്വത്തിൽ നടന്ന കർഷകസമരങ്ങൾ, കേരളപ്പിറവിക്ക് ശേഷം അധികാരത്തിൽ വന്ന ഇടതുപക്ഷ മന്ത്രിസഭകളുടെ ഭരണനടപടികൾ— ഇതെല്ലാം ചേർന്ന ഒരടിത്തറയിലാണ് കേരള സമൂഹത്തിന്റെ വ്യാപകമായ മദ്ധ്യവർഗ്ഗവല്ക്കരണം സംഭവിച്ചത്. വിദ്യാഭ്യാസത്തിന്റെ വിപുലീകരണം, മറുനാടൻ മലയാളികളുടെ വിയർപ്പിന്റെ വിലയായി ഇവിടേക്കൊഴുക്കിയ ധനം, പുതിയ തലമുറയിൽപ്പെട്ട തൊഴിലവസരങ്ങൾ തുടങ്ങിയ പലതും ഈ പ്രക്രിയയെ ശക്തിപ്പെടുത്തി.

ഇതോടൊപ്പം കേരളവികസനം സംബന്ധിച്ച പ്രശ്നങ്ങളും ചർച്ച ചെയ്യേണ്ടതുണ്ട്. സമഗ്രമായ ഭൂപരിഷ്കരണം നടന്നെങ്കിലും തുടർന്നുണ്ടാവുമെന്നു കരുതിയ വ്യവസായവല്ക്കരണം നടന്നില്ല. മാത്രമല്ല കൃഷിയും മുരടിക്കുകയാണ് ചെയ്തത്. ഇത് കേരളമോഡലിന്റെ തകർച്ചയായും നമ്മുടെ വികസനപ്രതിസന്ധിയായും വ്യാഖ്യാനിക്കുന്നത് എന്നാലൊട്ടും ശരിയല്ല. കേരളം വാസ്തവത്തിൽ 'ഇൻഡസ്ട്രിയലിസ'ത്തെ ബൈപ്പാസ് ചെയ്ത് ഇൻഫോർമേഷണലിസത്തിലേക്ക് വ്യവസായാനന്തര സമൂഹ (Post industrial society) ത്തിലേക്ക് പ്രവേശിക്കുകയാണുണ്ടായത്. ഇനിയെന്തായാലും നാം എത്തിച്ചേർന്ന വളർച്ചയുടെ ഈ വഴിത്തിരിവിന്റെ സാദ്ധ്യതകളെ പരമാവധി പ്രയോജനപ്പെടുത്താനാണ്, വ്യവസായത്തിലേക്കും കൃഷിയിലേക്കും തിരിച്ചുപോകാനല്ല ശ്രമിക്കേണ്ടത്. ഇങ്ങനെ ഏതൊക്കെയോ കുറുക്കുവഴിയിലൂടെ വ്യവസായാനന്തരഘട്ടത്തിൽ എത്തിപ്പെട്ട കേരള സമൂഹത്തിന്റെ ഘടനാപരമായ മാറ്റങ്ങൾ മലയാളിയുടെ മദ്ധ്യവർഗ്ഗവല്ക്കരണത്തിന് ആക്കംകൂട്ടിയിരിക്കുന്നു. ഈ വസ്തുതകളെല്ലാം ശ്രദ്ധയോടെ പരിഗണിച്ച് ഇടത്തരക്കാരുമായി ഇടപെടാൻ ഇടതുപക്ഷം സ്വയം സജ്ജമാവേണ്ടതുണ്ട്.

ഒഴിവുസമയത്തോട്, ഉപഭോഗത്തോട്, കുടുംബജീവിതത്തോട് അമി

തമായ താല്പര്യമാണ് ഇടത്തരക്കാർക്കുള്ളത്. എന്നാൽ, പൊതുജീവിതത്തിൽ താല്പര്യം കുറവാണ്. പങ്കാളിത്തം അതിലും കുറവാണ്. സാമൂഹ്യപരതയിലല്ല, വൈയക്തികത(individualism)യിലാണ് അവർ അഭിരമിക്കുന്നത്. മദ്ധ്യവർഗ്ഗത്തിന്റെ ഈ സ്വഭാവരീതികളെ 'പൗരസ്വകാര്യവാദം' (civil privalism) എന്ന് ഒരു ചിന്തകൻ വിശേഷിപ്പിച്ചിട്ടുണ്ട്. ഇമ്മട്ടിലുള്ള മനോവൃത്തികളെ പ്രചോദിപ്പിക്കുന്ന സാമ്പത്തിക-സാംസ്കാരിക കാലാവസ്ഥയാണ് ആഗോളവല്കരണം സൃഷ്ടിച്ചു വെച്ചത്. മദ്ധ്യവർഗ്ഗത്തിന്റെ ഉൽക്കർഷേച്ഛകളെയും ഉപഭോഗതാല്പര്യങ്ങളെയും അത് ഉത്തേജിപ്പിക്കുന്നു. ആളുകളുടെ മനസ്സിൽ ധനതൃഷ്ണയും ഭോഗതൃഷ്ണയും വിതച്ച് വിളയിക്കുന്നു. പണത്തിനും പ്രശസ്തിക്കും സാമൂഹ്യപദവിയുടെ പടവുകൾ കയറാനും എവിടെ നോക്കിയാലും വഴികൾ തുറന്നിട്ടതായി കാണുന്നു. ഭൂമിയുടെയും പണത്തിന്റെയും ചരക്കുവല്ക്കരണവും അവയുടെ ഊഹക്കച്ചവടവും ചൂതാട്ട സദൃശമായ ക്രയവിക്രയങ്ങളും അഴിമതിയും കള്ളപ്പണവും മാഫിയാവല്ക്കരണവും എല്ലാം എളുപ്പം പണമുണ്ടാക്കാൻ, കൈനനയാതെ മീൻപിടിക്കാൻ അവസരമരുളുന്നു. സാമൂഹ്യപദവികൾ മുമ്പ് ജന്മായത്തമായിരുന്നു. ജാതിശ്രേണിയിൽ ജനിച്ച പടവിൽനിന്ന് മുകളിലേക്ക് കയറാൻ ഒരു വഴിയും ഇല്ലായിരുന്നു. ജനാധിപത്യവല്ക്കരണം സാമൂഹ്യപദവികളെ ഏറക്കുറെ കർമ്മായത്തമാക്കി. എന്നാലിന്ന് ഒരാൾ എന്തുചെയ്യുന്നു എന്ന് നോക്കിയല്ല, എന്തിന്റെയൊക്കെ ഉടമയാണ് എന്നതാണ്, ഒരാളുടെ വീടിന്റെ വലുപ്പവും കാറിന്റെ വിലയും മറ്റുമാണ് അയാളുടെ സാമൂഹ്യപദവിയെ നിർണ്ണയിക്കുന്നത്. ധനവും മാനവും പോലെ യശസ്സും അനായാസം ഇന്നു നേടാൻ കഴിയും. സഹനത്തിന്റെയും സമരത്തിന്റെയും ജീവചരിത്രമുള്ള രാഷ്ട്രീയനേതാവ്, പ്രതിഭാധനനായ കവി, വിജ്ഞാനമണ്ഡലത്തിൽ വിസ്ഫോടനം സൃഷ്ടിച്ച ശാസ്ത്രജ്ഞൻ– ഇങ്ങനെ ചിലരൊക്കെ മുമ്പ് ചിലപ്പോൾ വാഴ്ത്തപ്പെടുമായിരുന്നു. എന്നാൽ എല്ലാം കാഴ്ചവല്ക്കരിക്കപ്പെടുന്ന ഇക്കാലത്ത് മാധ്യമാതിപ്രസരംമൂലം ഒരാൾക്ക് ഒറ്റരാത്രികൊണ്ട് ലോകപ്രശസ്തനാവാം. മാധ്യമങ്ങൾ ആർക്കൊക്കെ വേണ്ടിയാണ് അവയുടെ 'വില'പ്പെട്ട സമയവും സ്ഥലവും മുടക്കുന്നതെന്ന് നോക്കിയാൽ ആരും നടുങ്ങിപ്പോകും. അവനിവാഴ്വിനുള്ള ശിഷ്ടമോഹം മുഴുവൻ അസ്തമിച്ച് പോകും!

മാധ്യമങ്ങൾ ഒരുതരം അത്യുപഭോഗശീലം (Hyper consumption) ഊട്ടി വളർത്തുകയാണ്. ചെറുകിട സ്വത്തുടമസ്ഥരായ മദ്ധ്യവർഗ്ഗത്തിന്റെ ഉപഭോഗസാദ്ധ്യതയെ ഇപ്പോഴത്തെ സ്വത്തുവിലവീർപ്പ് (asset price bubble) പിന്നെയും തെഴുപ്പിച്ചിരിക്കുന്നു. മാത്രമല്ല ഇടത്തരക്കാർക്ക് വീടും കാറും വിലപിടിച്ച ഗൃഹോപകരണങ്ങളും കൈയിൽ കാശില്ലെങ്കിലും സ്വന്തമാക്കാൻ ഉദാരമായ വായ്പാവ്യവസ്ഥകളുമായി ബാങ്കുകൾ അന്യോന്യം മത്സരിക്കുന്നു. ആനന്ദലബ്ധിക്കിനിയെന്തുവേണം! ഇങ്ങനെ ധനതൃഷ്ണയും ഭോഗതൃഷ്ണയും പൊള്ളയായ ധനവും വ്യാജമായ സുഖവും ഇരുവശത്തും നിന്ന് ഇടയിൽ 'സാൻവിജ്' ചെയ്തപോലെ ഇട

ത്തരക്കാരന്റെ ജീവിതം കുടുങ്ങിപ്പോയിരിക്കുന്നു. ഒരു പിരമിഡ് രൂപത്തിൽ മണൽക്കൂമ്പാരമാക്കി അതിന്റെ മുകളറ്റത്ത് വെള്ളമൊഴിച്ചാൽ താഴോട്ട് കിനിഞ്ഞിറങ്ങി അടിയിലെ മണൽത്തരിയിലേക്കും ക്രമേണ നനവ് വ്യാപിക്കും. മദ്ധ്യവർഗ്ഗം മണൽക്കൂനപോലെയാണ്. ഉന്നതമദ്ധ്യവർഗ്ഗം ആഗോളവല്കരണത്തിന്റെ ഗുണഭോക്താക്കളാണ്. താഴേത്തട്ടിലുള്ളവർ അതിന്റെ ദോഷവശം ഭുജിക്കുന്നവരാണ്. അവർ മുകൾത്തട്ടിലെത്താൻ സദാ കൊതിക്കുന്നവരുമാണ്. മേൽത്തട്ടിന്റെ ബോധം കീഴോട്ടും കീഴ്ത്തട്ടിന്റെ മോഹം മേലോട്ടും ഒരേസമയത്ത് സഞ്ചരിക്കുകയും മേൽകീഴ് വ്യത്യാസമില്ലാതെ ഏവരും ഒരേകകമായി അധിനിവേശത്തിന് അനുകൂലമായ നിലപാടെടുക്കുകയും ചെയ്യുന്നു.

മുതലാളിത്ത ആഗോളവല്ക്കരണത്തിന്റെ സാംസ്കാരികപ്രത്യാഘാതങ്ങൾ വളരെ വലുതാണ്. അടിത്തറയും മേല്പുരയും പോലെ സംസ്കാരം സാമ്പത്തിക ജീവിതത്തിന്റെ ഉപരിഘടനയാണ്. ഈ ഉപരിഘടന അടിത്തറയെ ആശ്രയിക്കുക മാത്രമല്ല ആപേക്ഷികമായ സ്വാതന്ത്ര്യം അനുഭവിക്കുകയും ചെയ്യുന്നുണ്ട്. എന്നാൽ, നമ്മുടേത് സംസ്കാര വ്യവസായത്തിന്റെ കാലമാണ്. സംസ്കാരം ഉപരിഘടനയാവുമ്പോൾത്തന്നെ വ്യവസായമാകയാൽ അടിത്തറയുടെ അവിഭാജ്യഭാഗമായിത്തീർന്നിരിക്കുന്നു. മറ്റെല്ലാ ചരക്കുകളുംപോലെ സാംസ്കാരിക ഉല്പാദനം (Cultural production) യന്ത്രവല്കൃതവും കൈമാറ്റം കമ്പോളാധിഷ്ഠിതവും ആയിരിക്കുന്നു. അപ്പോൾ സംസ്കാരം ഉഭയജീവിയായി അടിത്തറയിലും മേല്പുരയിലും വ്യാപിച്ചു നില്ക്കുന്നു. മാത്യു അർണോൾഡിന് സംസ്കാരം ജീവിതവിമർശനമാണ്. സാമ്പത്തികമടക്കമുള്ള ഇതരമണ്ഡലങ്ങളിൽ നിന്ന് ആപേക്ഷികമായ സ്വാതന്ത്ര്യവും സ്വയംഭരണവും സംസ്കാരത്തിനുള്ളതുകൊണ്ടായിരുന്നു അതിന് അളവറ്റ വിമർശനശേഷി കൈവന്നത്. എന്നാൽ സാമ്പത്തിക അടിത്തറയുടെ ഭാഗമാവുകയും അതിൽ നിന്ന് ഒട്ടും അകലം ദീക്ഷിക്കാതെ സ്വാതന്ത്ര്യവും സ്വയംഭരണവും നഷ്ടപ്പെടുകയും ചെയ്തതോടെ ജീവിതത്തെ, സമൂഹത്തെ വിമർശിക്കാൻ, പരിഷ്കരിക്കാൻ, ശുദ്ധീകരിക്കാൻ (refine) നന്നാക്കാൻ സംസ്കാരത്തിന് സഹജമായ കഴിവ് എന്നെന്നേക്കുമായി നഷ്ടപ്പെട്ടിരിക്കുന്നു.

സംസ്കാരത്തിന് 'സംസ്ക്കാരത്തം' ഇല്ലാതായപ്പോൾ വിമർശനരഹിതമായി എന്തും സ്വീകരിക്കാൻ ആളുകൾ വിശിഷ്യ, മദ്ധ്യവർഗ്ഗം സന്നദ്ധരായിരിക്കുന്നു. അടിയന്തരാവസ്ഥ അടിച്ചേല്പിച്ചവർക്ക് സമ്പൂർണ്ണ പിന്തുണ നല്കിയ ഇന്ത്യയിലെ ഏക സംസ്ഥാനം നമ്മുടെ പ്രബുദ്ധകേരളമാണ്. കാര്യകാരണവിവേചനം കൂടാതെ മുന്നണികളെ മാറിമാറി പരീക്ഷിച്ച് രസിക്കുന്നവരുമാണ് മലയാളികൾ. മുന്നണികൾ തമ്മിലും പാർട്ടികൾ തമ്മിലുമുള്ള വ്യത്യാസം നേർത്തുവരുന്നതും കാണുന്നു. വലതുപക്ഷമായിരിക്കുമ്പോൾത്തന്നെ ഇടതുപക്ഷത്തെപ്പോലെ സംസാരിക്കുകയും ഇടതുപക്ഷത്തിരുന്നുകൊണ്ട് വലതുപക്ഷംപോലെ ജീവിക്കുകയും

ചെയ്യാൻ ആർക്കും മടിയില്ലാതായിരിക്കുന്നു. എല്ലാ പാർട്ടികളുടെയും നേതൃവൃത്തത്തിലും അനുചരവൃന്ദത്തിലും മഹാഭൂരിപക്ഷവും മദ്ധ്യവർഗ്ഗമാണ്. അവർ സ്വയം അരാഷ്ട്രീയവല്ക്കരിക്കുക മാത്രമല്ല, പാർട്ടികളുടെ നയരൂപീകരണപ്രക്രിയയിൽ സ്വാധീനം ചെലുത്തുകയും അവ തമ്മിലുള്ള വ്യത്യാസം ചോർത്തിക്കളയുകയും രാഷ്ട്രീയപാർട്ടികളെത്തന്നെ അരാഷ്ട്രീയവല്ക്കരിക്കുകയും ചെയ്തുവരുന്നു.

നവയാഥാസ്ഥിതികത്വം (new conservatism) പുത്തൻ മദ്ധ്യവർഗ്ഗത്തിന്റെ മുഖലക്ഷണമാണ്. വേഷവും ഭാഷയും പുതിയതും വിചാരവും വീക്ഷണവും പഴയതുമായ സങ്കര (hybrid) ജീവിതമാണ് നവയാഥാസ്ഥിതികരുടേത്. തനിമയുടെ പേര് പറഞ്ഞാണ് പഴമ ആഘോഷിക്കപ്പെടുന്നത്. അതിസമ്പന്നരെയും പരമദരിദ്രരെയും അപേക്ഷിച്ച് ഇടത്തരക്കാർ ഗൃഹാതുരത്വം പിടിപെട്ടവരാണ്. മലയാളി ജീവിതത്തിൽ ഈ പ്രവണതയുടെ അടയാളങ്ങൾ പലതരത്തിൽ പതിഞ്ഞുകിടപ്പുണ്ട്. കേരള സംസ്കാരത്തിന്റെ പ്രതീകങ്ങളായ ഔദ്യോഗിക മണ്ഡലങ്ങളിൽപ്പോലും നിലവിളക്കും നിറപറയും കസവുനേരിയതും കഥകളിത്തലകും ഒക്കെയാണ് കാണുന്നത്. ഇതെല്ലാം കേരളത്തിൽ ഇപ്പോഴും തുടരുന്ന അല്ലെങ്കിൽ പുനഃസ്ഥാപിക്കപ്പെട്ട സവർണ്ണമേധാവിത്വത്തിന്റെ ചിന്തകളാണെന്ന് ആരെങ്കിലും കരുതിനാൽ കുറ്റം പറയാനാവില്ല. എന്നാൽ എളുപ്പം അത്തരം നിഗമനങ്ങളിൽ ചെന്നെത്തുമ്പോൾ സവർണ്ണ മേധാവിത്വത്തിനും അതിന്റെ നട്ടെല്ലായ ജന്മി നാടുവാഴിത്തത്തിനും എതിരെ കമ്യൂണിസ്റ്റുകാർ നയിച്ച ഉജ്ജ്വലമായ പോരാട്ടങ്ങൾ പാഴായെന്ന് സമ്മതിക്കേണ്ടിവരും. അത് ചരിത്രവിരുദ്ധവും വർത്തമാന യാഥാർത്ഥ്യത്തിന് നിരക്കാത്തതുമാണ്. ഇംഗ്ലണ്ടിന്റെ പൊതു ജീവിതത്തിൽ രാജാവും പ്രഭുസഭയും രാജവാഴ്ചയുടെ പല ‘പാരഫർണേയ്ല്യ’കളും സജീവമായി വിരാജിക്കുന്നുണ്ട്. അതിനർത്ഥം, ക്ലാസിക്കൽ മുതലാളിത്തത്തിന്റെ ആ പിതൃഭൂമിയിൽ ഫ്യൂഡലിസം നിലനില്ക്കുന്നു എന്നല്ല, അത് തിരിച്ചു വന്നിരിക്കുന്നു എന്നും അല്ല. അങ്ങനെയൊക്കെ ധരിച്ചുവെക്കുന്നത് തികഞ്ഞ ഭോഷ്ക്കായിരിക്കും. അവ്വിധം നിലവിളക്കിന്റെയും കഥകളിത്തലയുടെയും പേരിൽ സവർണ്ണ മേധാവിത്വം ഇവിടെ സർവ്വോൽക്കർഷേണ വർത്തിക്കുന്നു എന്നു പറയുന്നതും പിശകാണ്. മദ്ധ്യവർഗ്ഗ സഹജമായ ഭൂതരതിയെ അറിയാതെ ആവിഷ്കരിക്കുന്ന സാംസ്കാരിക അവശിഷ്ടങ്ങൾ മാത്രമാണവ.

എന്നാൽ നമ്മുടെ ജനാധിപത്യപൊതുമണ്ഡലം (Public space) ഒരുതരം നാടുവാഴിത്തപരമായ പുനരുത്ഥാന പ്രക്രിയ (refudalisation)ക്ക് വിധേയമാവുന്നുണ്ട്. ജനാധിപത്യ ആശയങ്ങളുടെ വിനിമയം അസാദ്ധ്യമാവുന്നു. അത് വക്രീകരി(distortnon)ക്കപ്പെടുന്നു. ഭാഷയുടെ പരിമിതി കൊണ്ട്, ഭാഷണശേഷിയുടെ അഭാവം കൊണ്ട് വിനിമയം അസാദ്ധ്യമാവാം. കല്യാണവീട്ടിൽച്ചെന്ന് “ഇച്ചിരി തിയ്യ് തരുമോ” എന്ന് ചോദിച്ച് “രണ്ട് പഴം വേണം” എന്ന മോഹം പ്രകടിപ്പിക്കാൻ ശ്രമിച്ച വിദ്വാന് കിട്ടിയത് പഴമല്ല തീയാണ്! വാക്കും വിവക്ഷയും വഴി പിരിഞ്ഞത് വിനിമയത്തെ

ബാധിച്ചു. എന്നാൽ ജനാധിപത്യത്തിന്റെ ഭാഷയിൽ വിവക്ഷിതം ജാതീയതയാണെങ്കിലും വിനിമയം അനായാസം നടക്കുന്നു. മലയാളിക്ക് കൃത്യമായി കാര്യങ്ങൾ മനസ്സിലാകുന്നു. മറിച്ച് വാക്കെന്നപോലെ പൊരുളും ജനാധിപത്യമാണെങ്കിൽ അത് ആളുകൾ ഏതോ മറുഭാഷപോലെതന്നെയാണ് ശ്രവിക്കുന്നത്.

മദ്ധ്യവർഗ്ഗവല്ക്കരണം കേരളീയരെ ജനാധിപത്യപരമായി ഏകീകരിക്കുകയല്ല, സാമുദായികമായി ശിഥിലീകരിക്കുകയാണ് ചെയ്തത്. ആളുകൾ തമ്മിലുള്ള സാമ്യത്തിനും ഐക്യത്തിനും പകരം വ്യത്യാസത്തിൽ ഊന്നുന്ന സാമുദായികത ജനങ്ങളുടെ പരാജയം ഉറപ്പുവരുത്തുന്നു. ജനാധിപത്യപരമായ പൊതുജീവിതത്തിൽ താല്പര്യം കുറയുകയും പങ്കാളിത്തം കേവലം ഔപചാരികമാവുകയും ചെയ്യുന്നു. എന്നാൽ ജാതീയ-വർഗ്ഗീയ കൂട്ടായ്മകളിൽ ആളുകൾ ആവേശപൂർവ്വം പങ്കെടുക്കുന്നു. ജനങ്ങൾ കാണികളായി 'ഗ്യാലറി'യിലിരുന്ന് കളി കാണുകമാത്രം ചെയ്യുന്ന രാജ്യത്ത് ജനാധിപത്യം അർത്ഥശൂന്യമാവും. തുടർച്ചയായി 'ഫൗൾ' കളിച്ചാൽ, റഫറി പക്ഷപാതപരമായി മത്സരത്തിൽ ഇടപെട്ടാൽ ചിലപ്പോൾ കാണികൾ ഗ്രൗണ്ട് കൈയേറാറുണ്ട്. ഈജിപ്തിലെ മുല്ലപ്പൂവിപ്ലവത്തിലും മറ്റും ഈയിടെ കണ്ടത് അതാണ്. എന്നാൽ എന്തുവന്നാലും നിസ്സംഗഭാവം തുടരുന്ന കാണികൾക്കുമുമ്പിലെ കളി ആർക്കുവേണ്ടി, എന്തിനുവേണ്ടി എന്നൊക്കെയുള്ള ചോദ്യങ്ങൾ ഉയർത്തി അപഹാസ്യമായി അവസാനിക്കാനാണ് സാദ്ധ്യത.

ആഗോളവല്ക്കരണവും മദ്ധ്യവർഗ്ഗവല്ക്കരണവും അന്യോന്യപൂരകമായി പ്രവർത്തിച്ചുവരുന്ന ഈ സന്ദർഭത്തിൽ കേരളീയ വർത്തമാനത്തിന്റെ ചരിത്രം ഒതുക്കിവെച്ച ഈ കളിയരങ്ങിൽ നിസ്സംഗരായ കാണികളുടെ റോൾ എടുക്കാൻ ഇടതുപക്ഷത്തിന് ആവുകയില്ല. ഇവിടത്തെ മദ്ധ്യവർഗ്ഗം ഇടതുപക്ഷത്തിന്റെ കൂടി ചരിത്രത്തിന്റെയും പാരമ്പര്യത്തിന്റെയും ഉല്പന്നമാണെന്ന് പറഞ്ഞു കഴിഞ്ഞു. മുടക്കാൻ മൂലധനമില്ലെങ്കിലും അവർ സാംസ്കാരികമൂലധന (Cultural capital)ത്തിന്റെ ഉടമകളാണ്. സാമൂഹ്യ അംഗീകാരം, വിദ്യാഭ്യാസം, വിനിമയ സാമർത്ഥ്യം, വിവരസാങ്കേതിക വിദ്യയിലും മറ്റും പ്രവേശന ക്ഷമത ഇതൊക്കെ സമൂഹത്തെയാകെ സ്വാധീനിക്കാൻ കഴിവുള്ളവരായി മദ്ധ്യവർഗ്ഗത്തെ മാറ്റിയെടുത്തിരിക്കുന്നു. ചരിത്രത്തിന്റെ ചലനഗതിയെ ധൈഷണികമായി തിരിച്ചറിഞ്ഞ ചില ഉപരിവർഗ്ഗബുദ്ധിജീവികൾ തൊഴിലാളിവർഗ്ഗവുമായി ഐക്യപ്പെടുമെന്ന് മാർക്സ് ഒരിടത്ത് പറയുന്നുണ്ട്. അത്തരം ഒറ്റപ്പെട്ട ചിലരുടെ ആത്മനിഷ്ഠമായ പക്ഷപാതിത്വമല്ല, വസ്തുനിഷ്ഠമായിത്തന്നെ ഇടത്തരക്കാരെ തൊഴിലാളിവല്ക്കരിക്കുന്ന (proleterianise) സാഹചര്യം വളർന്നുവരുന്നുണ്ട്. സാമൂഹ്യസുരക്ഷാവലകൾ ഒന്നൊന്നായി പൊട്ടിപ്പോകുന്നു. പൊതുമേഖല തകരുന്നു. പൊതുവിതരണം ഇല്ലാതാവുന്നു. വിലക്കയറ്റം അനിയന്ത്രിതമാകുന്നു. ഇവയൊക്കെ ഇടത്തരക്കാരുടെ ഉള്ളിൽ, ദുരന്തദുഃശങ്കകൾ നിറയ്ക്കുന്നു.

മദ്ധ്യവർഗ്ഗം പൊതുവായ താല്പര്യങ്ങൾ ഉള്ള ഒരു യൂണിറ്റാണെന്ന പ്രതീതി സൃഷ്ടിക്കുന്നുണ്ടെങ്കിലും യഥാർത്ഥത്തിൽ അത് ഇരുമുഖങ്ങളുള്ള (Janus faced) ജീവിയാണ്. അതിനകത്ത് വൈരുദ്ധ്യങ്ങളുണ്ട്. വിപരീത പ്രവണതകൾ ഏറ്റുമുട്ടുന്നുണ്ട്. Far from being mere "agents" of the ruling classes or a mere "Vacillating mass"..... the intermediate and auxiliary classes of the periphery, occupy a strategic field in the economy and politics of their countries. thus obtaining power and initiatives which make it possible for them to struggle for political dominance over other classes, including the bourgeoisie എന്ന് ഈ വിഭാഗത്തെക്കുറിച്ച് ഐജാസ് അഹമ്മദിന്റെ സുപ്രധാനവും അത്യന്തം സൂക്ഷ്മവുമായ ഒരു നിരീക്ഷണമുണ്ട്. ഇടതുപക്ഷം മദ്ധ്യവർഗ്ഗവുമായി വിപ്ലവകരമായി ഇടപെടേണ്ടതെങ്ങനെ എന്ന സൈദ്ധാന്തികവും പ്രായോഗികവുമായ പ്രശ്നത്തിലേക്ക് ഐജാസ് വെളിച്ചം വീഴ്ത്തുന്നുണ്ട്. മാർക്സ് ചൂണ്ടിക്കാട്ടിയതുപോലെ ഇടത്തരക്കാർ അധികാരദല്ലാളുകളും അവസരവാദികളും മാത്രമല്ല. അവർക്ക് രാജ്യത്തിന്റെ സാമ്പത്തിക-രാഷ്ട്രീയ ജീവിതത്തിൽ തന്ത്രപ്രധാനമായ സ്ഥാനമുണ്ട്. അതുകൊണ്ട് മുമ്പില്ലാത്തവിധം സാമൂഹ്യമാറ്റത്തിൽ ക്രിയാത്മകമായ പങ്കുവഹിക്കാൻ അവർ പ്രാപ്തരും പ്രഭാവാദിതരും ആണ്. ഈ യാഥാർത്ഥ്യം ഉൾക്കൊണ്ട് ഏകപക്ഷീയമായ തള്ളലോ കൊള്ളലോ അല്ല വേണ്ടത്. ഇടതുപക്ഷത്തിന്റെ സമീപനം വൈരുദ്ധ്യാത്മകമാവണം.

മദ്ധ്യവർഗ്ഗചേതനയിൽ നമ്മുടെ കാലം ഒരഗ്നികൊളുത്തി വെച്ചിരിക്കുന്നു. അതുകൊണ്ട് ഇടതുപക്ഷത്തിന് ചിലപ്പോൾ സ്ഫോടകശാലകൾക്ക് തീ കൊടുക്കാൻ കഴിഞ്ഞെന്നുവരും.

10

മാർക്സിസവും മലയാളസാഹിത്യവും ഇ എം എസും

മാർക്സിസത്തിന്റെ വെളിച്ചത്തിലാണ്, മലയാളി തൊഴിലാളി പക്ഷത്ത് നിലയൂന്നിയ എഴുത്തും വായനയും ശീലിച്ചത്. നമ്മുടെ കലാ ശൈലിയേയും സാഹിത്യ സങ്കല്പങ്ങളെയും മാത്രമല്ല സർവ്വകർമ്മരംഗ ങ്ങളെയും മാർക്സിസം ഗുണപരമായി സ്വാധീനിക്കുകയുണ്ടായി. ചൂഷ ണമില്ലാത്ത ലോകം സൃഷ്ടിക്കാൻ കഴിഞ്ഞേക്കുമെന്ന പ്രതീക്ഷയായി. സോവിയറ്റ് നാടിനെ സാദ്ധ്യമാക്കിയ ദർശനമായി, അത്, നമ്മുടെ ജീവിത ചക്രവാളത്തിൽ ഉദിച്ചുനിന്നു. നേരത്തെത്തന്നെ, സാമൂഹ്യ അടിമത്ത ത്തിനും രാഷ്ട്രീയമായ അസ്വതന്ത്രതയ്ക്കും, അന്ത്യം കുറിക്കാനുള്ള കേര ളീയരുടെ സമരം ആരംഭിച്ചിരുന്നു. മലയാളകവിതയിൽ, ഈ രണ്ടു പ്രമേ യങ്ങളാണ്, ആശാനും വള്ളത്തോളും യഥാക്രമം പ്രപഞ്ചനം ചെയ്തത്. അതുകൊണ്ടിവിടെ സാമ്പത്തിക അസമത്വത്തിന്റെ പ്രശ്നത്തിലാണ്. സാഹിത്യത്തിലായാലും ജീവിതത്തിലായാലും മാർക്സിസം വിരലൂന്നി യത്. മാർക്സിസം കേരളത്തിലേക്ക് വന്ന ഈ വഴിയറിയാതെയാണ് കമ്യൂ ണിസ്റ്റുകാരുടെ ഉത്തമാംഗം വയറാണെന്ന് ചിലർ പരിഹസിച്ചത്.

സാമൂഹ്യമായ അടിമത്തം നിലനില്ക്കുമ്പോൾ സ്വരാജ്യം എന്തി നെന്ന കേരളീയനവോത്ഥാനത്തിന്റെ നിരാശാഭരിതമായ ചോദ്യത്തിന്, കമ്യൂണിസ്റ്റ് പ്രസ്ഥാനം ഉത്തരം കണ്ടെത്തുകയായിരുന്നു. സാമൂഹ്യ അടി മത്തവും രാഷ്ട്രീയ പാരതന്ത്ര്യവും തമ്മിൽ രക്തബന്ധമുണ്ടെന്നും സാമ്പത്തികാസമത്വം പരിഹരിച്ചില്ലെങ്കിൽ രാഷ്ട്രത്തിന്റെ മോചനം ജന ങ്ങളുടെ വിമോചനമാവുകയില്ലെന്നും അവർ തിരിച്ചറിഞ്ഞു. ഈ കമ്യൂ ണിസ്റ്റ് കാഴ്ചപ്പാടിന്റെ ഒരു കാലാവസ്ഥയിലാണ്, തൊള്ളായിരത്തി മുപ്പ തുകളിൽ, മലയാളസാഹിത്യം വളരുന്നത്. ആശാന്റെ നായികാനായക ന്മാരുടെ പ്രണയജീവിതത്തിന് പ്രതിബന്ധമാകുന്നത് സമൂഹഘടനയാ

ണെങ്കിൽ ചങ്ങമ്പുഴയെപ്പോലൊരു കവിയുടെ *രമണനിൽ*പോലും അനുരാഗനദിക്ക് വിഘ്നമണയ്ക്കുന്നത് സാമ്പത്തിക അസമത്വമാണ്. ആ കാവ്യലോകത്ത് ആവർത്തിച്ച്, ഉദിക്കുന്ന വെള്ളിനക്ഷത്രവും മുളയ്ക്കുന്ന പുൽക്കൊടിയും സമ്പത്തിനും ദാരിദ്ര്യത്തിനും ഇടയ്ക്ക് പെരുകുന്ന അകലത്തിന്റെ സൂചകങ്ങളാകുന്നു. നമ്മുടെ എഴുത്തുകാരുടെ, പ്രായേണ വ്യക്തികേന്ദ്രിത (Ego-Centric) മായ വീക്ഷണങ്ങൾ. സമൂഹകേന്ദ്രിത (Socio- Centric)മാകുന്നതും ഈ കാലത്താണ്. കവിയുടെ വൈയക്തികാനുഭവത്തിന്റെ ആവിഷ്കാരത്തിനപ്പുറം, അയാളുടെ സാമൂഹ്യബോധത്തിന്റെയും ചരിത്രബോധത്തിന്റെയും വർഗ്ഗബോധത്തിന്റെയും വൈഖരികളായി മലയാള കവിത മാറുകയായി. ഈ സമൂഹപരതയും ചരിത്രപരതയും ഉൾച്ചേരുന്ന ദർശനത്തിന്റെ കതിർക്കുലകളാണ് വൈലോപ്പിള്ളിയുടെ കന്നിപ്പാടത്ത് വിളഞ്ഞുനില്ക്കുന്നത്. ഒറ്റയൊറ്റയായിക്കണ്ട, വ്യക്തികളുടെ ദുഃഖജീവിതത്തിന്റെ ആകുലഗീതങ്ങൾക്ക് പകരം വൈലോപ്പിള്ളിയുടെ വീണ, 'ഏകജീവിതാനശ്വരഗാനം' ആലപിക്കുന്നു. പണിമുടക്കി പട്ടിണിതിന്ന് പത്തുമക്കളുടെയും ശവക്കുഴി വെട്ടിമൂടി, തളരുന്ന ഇടശ്ശേരിയുടെ തൊഴിലാളി ദമ്പതികൾ, സമരത്തിന്റെ പാതയിൽ ഉറച്ച കാൽവെപ്പുകളോടെ കടന്നുവരുന്ന പ്രകടനത്തിൽ, തങ്ങളുടെ മരിച്ചുപോയ പത്തുമക്കൾക്ക് പകരം, പതിനായിരം മക്കൾ പുനർജ്ജനിച്ചുവരുന്നതായി കാണുന്നു. അവർ കുഴിവെട്ടിമൂടിയത് വ്യക്തിപരമായ വേദനകളാണ്. വർഗ്ഗബോധലബ്ധമായ ശക്തിയിലേക്കാണ് അവർ കുതികൊള്ളുന്നത്. മേഘപഥങ്ങളിൽ വെള്ളിൽപ്പറവകളോട് സല്ലപിച്ചിരുന്ന ജിയുടെ സർഗ്ഗഭാവനയിൽ പോലും ആരക്തശ്രീയോടെ ഒരരിവാൾ തിളങ്ങാൻ തുടങ്ങുന്നു. റിക്ഷക്കാരനും തോട്ടിയും നെല്ലിൻചുവട്ടിൽ മുളയ്ക്കുന്ന കാട്ടുപുല്ലായിരുന്ന പുലയനും ചെറുമനും മുച്ചീട്ട് കളിക്കാരനും, വേശ്യയും കള്ളനും എല്ലാം മലയാളകഥയിൽ ഇടിച്ചുകയറി ഇടം കണ്ടെത്തുന്നു. ഏതോ മലമുകളിൽ പെയ്ത നീരൊഴുക്ക് വായ്ച്ച പുഴയുടെ തീരഹരിതകം പൂ ചൂടും പോലെ, മാർക്സിസത്തിന്റെ അതിപരോക്ഷമായ സ്വാധീനം കൊണ്ട്. മലയാളിയുടെ കലയിൽ, ഇങ്ങനെ ഊഴിയിൽച്ചെറിയവരുടെ ഊഴം വന്നെത്തി.

ഇവ്വിധം പരോക്ഷമായി മാത്രമല്ല പ്രത്യക്ഷമായിത്തന്നെ, മാർക്സിസം നമ്മുടെ സാഹിത്യവിദ്യയിലും വിമർശനകലയിലും മൗലികമായ മാറ്റങ്ങൾ വരുത്തുകയുണ്ടായി. കമ്യൂണിസ്റ്റ് പാർട്ടിക്ക് ഒരു കേരളഘടകമുണ്ടാകുന്നത്, തൊള്ളായിരത്തിമുപ്പത്തേഴിലാണ്. നാലംഗങ്ങളുള്ള ആ ഘടകത്തിലെ രണ്ടുപേർ - ഇ എം എസും കെ ദാമോദരനും- മുൻകൈയെടുത്താണ് ജീവൽ സാഹിത്യസംഘം രൂപീകരിച്ചത്. ഇ എം എസിനെയും ദാമോദരനെയും പോലുള്ള നേതൃനിരയോടൊപ്പം ചെറുകാടും പ്രേംജിയും കെ പി ജിയും എം എസ് ദേവദാസുമെല്ലാം സംഘത്തിന്റെ സജീവപ്രവർത്തകരായിരുന്നു. മാർക്സിസ്റ്റാശയത്തോടും കമ്യൂണിസ്റ്റ് പാർട്ടിയോടും പ്രതിബദ്ധതയുള്ളവരുടെ എഴുത്ത് നിലവിലുള്ള സാഹിത്യപാരമ്പര്യത്തെ പിന്നെയും നവീകരിക്കുന്നുണ്ട്. കേരളത്തിലെ

ദേശീയപ്രസ്ഥാനത്തെ ജനകീയവിമോചനപ്രസ്ഥാനമായി വികസിപ്പിക്കാൻ ശ്രമിച്ച കമ്യൂണിസ്റ്റുകാർ സാഹിത്യത്തിനും ജനകീയ ദേശീയത (National Popular)യുടെ ഉള്ളടക്കം നല്കുകയുണ്ടായി. സ്വാതന്ത്ര്യസമരവും കാർഷിക വിപ്ലവവും കൂട്ടിയിണക്കിയ ഒരു കർമ്മ പരിപാടിയാണ് കമ്യൂണിസ്റ്റുകാർ മുന്നോട്ട് വെച്ചത്. സാഹിത്യത്തിലെയും മുഖ്യപ്രമേയം കാർഷികപ്രശ്നങ്ങളും ജന്മികുടിയാൻ സംഘർഷങ്ങളും ആവുന്നു. ചെറുകാട്, നോവലെഴുതുമ്പോൾ, നായികാനായകന്മാരും പ്രതിനായകനും ചേർന്ന ചിരപുരാതനമായ കഥയുടെ ത്രികോണഘടന, ബാഹ്യമായി നിലനിർത്തുമ്പോൾത്തന്നെ ആത്യന്തികമായി മറികടക്കുന്നുണ്ട്. പെണ്ണിനു പകരം കഥാനായിക മണ്ണും അതിൽ വിത്തും വിയർപ്പും വിതയ്ക്കുന്ന കൃഷിക്കാരൻ നായകനും ആകുന്നു, മണ്ണിന്റെ കാമുകനായ കർഷകനും ഉടമയായ ജന്മിയും തമ്മിലുള്ള സംഘർഷം കഥയുടെ കാതലായിത്തീരുന്നു. നാടകത്തിന്റെ ധർമ്മം ഇവിടെ പ്രമോദന (Entertainment)മായിരുന്നുവെങ്കിൽ, *പാട്ടബാക്കി* മുതൽ പ്രബോധനത്തിന്റെ നാടകവേദി (Theater of Instruction) രൂപംകൊള്ളുന്നു. വ്യവസായങ്ങളുടെയും നഗരങ്ങളുടെയും അഭാവം മൂലം, കേരളത്തിൽ കമ്യൂണിസ്റ്റുപാർട്ടി, കർഷകപ്രസ്ഥാനത്തിലും ഗ്രാമീണജനതയുടെ പ്രബുദ്ധതയിലുമാണ് വേരൂന്നി വളർന്നത്. നാടകവും കേരളത്തിനപ്പുറത്ത് നഗരകേന്ദ്രിതമായിരുന്നെങ്കിൽ ഇവിടെ നാട്ടിൻപുറങ്ങളിലെ കലാസമിതികളിലൂടെയാണ് ജനകീയ നാടകപ്രസ്ഥാനം ജീവിച്ചത്.

പുതിയ ഒരു കൂട്ടം എഴുത്തുകാരെയും അവരുടെ പുതുരചനാരീതിയെയും ഉയർത്തിക്കൊണ്ടു വന്നതിനോടൊപ്പം പുതിയൊരു വായനാസമൂഹത്തെയും വളർത്തിയെടുക്കാൻ കമ്യൂണിസ്റ്റു പാർട്ടിക്ക് കഴിഞ്ഞു. ആവശ്യങ്ങളും (Needs) പദാർത്ഥങ്ങളും (Materials) പരസ്പരം വൈരുദ്ധ്യാത്മകമായി ബന്ധപ്പെട്ടിരിക്കുംപോലെ, പുതിയ കല, അതാവശ്യപ്പെടുന്ന പുതിയ സദസ്സിനെയും പുതിയ സദസ്സ് പുതിയ കലയെയും അന്യോന്യം സ്വാധീനിക്കുകയും രൂപപ്പെടുത്തുകയും ചെയ്തു. നിലവിലുള്ള വ്യവസ്ഥയിൽ തൃപ്തിയടയാത്ത ആവശ്യങ്ങളെ സൃഷ്ടിച്ചുകൊണ്ട്, കല, ആ സമൂഹത്തെത്തന്നെ നവീകരിക്കാൻ ആളുകൾക്ക് പ്രേരണ നല്കി.

എഴുത്തും വായനയും തമ്മിലുള്ള ഡയലക്ടിക്സിൽ ഊന്നുന്ന ഒരു പുതിയ വിമർശനപദ്ധതിയും ഇവിടെ വികസിച്ചുവരുന്നു. മലയാളത്തിൽ വിമർശനത്തിന്റെ ഈ പുതുവഴി വെട്ടിയത് ഇ എം എസ് ആയിരുന്നു. സാഹിത്യ വിമർശനം അദ്ദേഹത്തിന് രാഷ്ട്രീയവൃത്തിയുടെ ഭാഗമായിരുന്നു. രാഷ്ട്രീയമാകട്ടെ ജീവിതവൃത്തിതന്നെ ആയിരുന്നു. രാഷ്ട്രീയത്തിൽനിന്ന് തന്റെ ജീവിതം വേർതിരിച്ചെടുക്കാൻ അദ്ദേഹം ഒരിക്കലും ആളായില്ല. (രാഷ്ട്രീയം വേറെ, ജീവിതം വേറെ എന്ന് കരുതുന്നവർക്ക് അതുകൊണ്ടുതന്നെ ഇ എം എസിനെ മനസ്സിലാവുകയുമില്ല.) അദ്ദേഹം കലാവിമർശകനായത്, കലയോടുള്ള പ്രതിപത്തിയേക്കാൾ ജീവിതത്തോ

ടുള്ള പ്രതിബദ്ധതകൊണ്ടായിരുന്നു. ഇ എം എസ് മാത്രമല്ല. അന്ന് മറ്റ് പലരും തിളച്ചുമറിയുന്ന ജീവിതത്തിന്റെ സമ്മർദ്ദം മൂലമാണ് എഴുതുകയും പാടുകയും അഭിനയിക്കുകയും എല്ലാം ചെയ്തത്. ഇങ്ങനെ കലയിൽ നിന്ന് ജീവിതത്തിലേക്ക്, കൃതിയിൽനിന്ന് വായനക്കാരനിലേക്ക്, അഭിനയത്തിൽ നിന്ന് അനുഭവത്തിലേക്ക്, നടനിൽനിന്ന് പ്രേക്ഷകനിലേക്ക്. കലാസാഹിത്യവിചാരങ്ങളുടെ കേന്ദ്രം മാറിപ്പോവുന്നു.

ഇ എം എസിന്റെ സാഹിത്യ വിചാരങ്ങളാണ് രാഷ്ട്രീയവിമർശനം (Political criticism) എന്ന ഒരു ഗണം ഇവിടെ സൃഷ്ടിച്ചത്. അദ്ദേഹത്തിന്റെ സാഹിത്യസിദ്ധാന്തങ്ങളെ എതിർത്തെഴുതിയവർ അരാഷ്ട്രീയക്കാരാണെന്നല്ല വിവക്ഷ. സാഹിത്യത്തിന്റെ ചെലവിൽ ഇ എം എസ് രാഷ്ട്രീയം പറയുന്നു എന്നായിരുന്നു അവരുടെ ആക്ഷേപം. എന്നാൽ രാഷ്ട്രീയത്തെയല്ല, ഇം എം എസിന്റെ രാഷ്ട്രീയത്തെയാണ് അവർ എതിർക്കുന്നത്. സ്വന്തമായൊരു രാഷ്ട്രീയമുള്ളതുകൊണ്ടാണ് അവരങ്ങനെ ചെയ്യുന്നത്. ഇ എം എസ് തന്റെ രാഷ്ട്രീയം വിളിച്ചുപറയുമ്പോൾ അദ്ദേഹത്തിന്റെ വിമർശകർ അറിഞ്ഞോ അറിയാതെയോ അവരുടെ രാഷ്ട്രീയം ഒളിച്ചുവെക്കുന്നു. പ്രധാനമന്ത്രിയുടെ പാർട്ടി ഏതെന്ന് കുട്ടികൾക്ക് പോലും അറിയാം. ചക്രവർത്തിയുടെ രാഷ്ട്രീയം ആരും തിരിച്ചറിയുന്നില്ല. തങ്ങളുടെ വായനകൾ നിഷ്കളങ്കമാണെന്ന് ആരെങ്കിലും ആത്മാർത്ഥമായി കരുതുന്നുണ്ടെങ്കിൽ അത് അവരെ ഭരിക്കുന്ന രാഷ്ട്രീയപ്രത്യയശാസ്ത്രത്തിന് അവർ സമ്പൂർണ്ണമായും കീഴ്പ്പെട്ടു കഴിഞ്ഞു എന്നതിന്റെ തെളിവാകുന്നു. 'അപ്പോൾ ഇ എം എസിന്റെ മാത്രമല്ല, ആരുടെ സാഹിത്യ വിചാരത്തിലും രാഷ്ട്രീയം, ചിലപ്പോൾ തെളിഞ്ഞും പലപ്പോഴും ഒളിഞ്ഞും പുലരുന്നുണ്ട്. അതിൽ ഏതു രാഷ്ട്രീയമാണ് അഭികാമ്യമെന്ന പ്രശ്നം ഒത്തുതീർപ്പാക്കാൻ പ്രയാസമാണ്. അത് ചരിത്രത്തിന്റെ സന്ദർഭത്തിൽ സാഹിത്യം വായിക്കുന്നതിന്റെ അല്ല. ചരിത്രത്തിന്റെ തന്നെ ഭിന്നപാരായണങ്ങളുടെ പ്രശ്നമാണ്.

എന്നാൽ ഏതു വിമർശനത്തിലും രാഷ്ട്രീയമുണ്ടെങ്കിലും എല്ലാ വിമർശനവും രാഷ്ട്രീയവിമർശനമല്ല. എഴുത്തിലും വിചാരത്തിലും ഇവിടെ ഇംപ്രഷനിസത്തിന്റെ ഏകാധിപത്യമായിരുന്നു. വിമർശനം, വിമർശകന്റെ വൈയക്തികമായ വായനാനുഭവത്തിന്റെ വിവരണമായിരുന്നു. ഈ ദീർഘപാരമ്പര്യത്തെയാണ് ഇ എം എസ് ഭഞ്ജിച്ചത്. ഇ എം എസ് സാഹിത്യം ആസ്വദിച്ചതിന് ഒരു തെളിവും ആ എഴുത്തിലില്ലെന്ന് ചിലർ പരിഹസിക്കുന്നു. എന്നാൽ ആദ്ദേഹത്തിന് സാഹിത്യം 'ആസ്വദി'ക്കാനുള്ള ഒരു 'വിഭവ'മായിരുന്നില്ല. നടേ പറഞ്ഞ വിധം എഴുത്തും വായനയും തമ്മിലുള്ള, കലയും ജീവിതവും തമ്മിലുള്ള വൈരുദ്ധ്യാത്മകതയാണ് അദ്ദേഹം പരിഗണിച്ചത്. കെ പി ജിയുടെ കവിതയും കെ ദാമോദരന്റെ നാടകവും, ചിലർക്ക് ഭാവശിഥിലവും രൂപവികലവും ആവാം. എന്നാൽ ആ കൃതികൾ, ദുരിതചരിതം മാത്രമുള്ള ഒരു ജനതയ്ക്ക് നല്ല സ്വപ്നങ്ങൾ, നല്കുകയുണ്ടായി. ഈ ഭൂമിയിൽ കുറേക്കൂടി മെച്ചപ്പെട്ട ജീവിതം ജീവിക്കാൻ

അവകാശമുണ്ടെന്നും തങ്ങൾക്ക് പതിച്ചുകിട്ടിയ ക്ഷുദ്രപതിതോവസ്ഥ യുടെ പരിമിതികളെ വെന്നുയരാൻ കഴിയുമെന്നും അവർ വിചാരിക്കാൻ തുടങ്ങി. ഇങ്ങനെ ഒരു കൃതിയുടെ കലാമൂല്യം, സമൂഹത്തിലേക്ക് അത് പകരുന്ന കലാപമൂല്യം (Agitational value of art) തന്നെ ആണെന്ന് ഇ എം എസ് നിർവ്വചിക്കുന്നു. സാഹിത്യത്തിന്റെ കേവലമായ സൗന്ദര്യം അളന്നു കുറിക്കുകയല്ല അത് ചരിത്രത്തിൽ ഇടപെടുന്നതെങ്ങനെ എന്ന് പരിശോധിക്കുകയാണ് അദ്ദേഹം ചെയ്തത്. ജീവിതം കലയിലെങ്ങനെ പ്രതിഫലിച്ചു എന്നതല്ല, കല ജീവിതത്തിൽ എന്തു പ്രതികരണമുണ്ടാക്കി എന്നതാണ് ഇ എം എസ് ഉറ്റുനോക്കിയത്.

കൃതിയും വായനയും തമ്മിലുള്ള വൈരുദ്ധ്യാത്മകതയെപ്പറ്റി പറ ഞ്ഞുവല്ലോ. തോപ്പിൽഭാസി കമ്യൂണിസ്റ്റാക്കി അവതരിപ്പിച്ചതും, പി ഭാസ്ക രന്റെ *വയലാർ ഗർജ്ജിച്ച*തും ആ എഴുത്തുകാരൻ ഉയർത്തിക്കാട്ടുന്ന മൂല്യ വ്യവസ്ഥയിൽ പങ്കുപറ്റാൻ സന്മനസ്സുള്ള ഒരു സദസ്സിന്റെ മുന്നിലാണ്. എന്നാൽ എഴുത്തുകാരനും വായനക്കാരനും തമ്മിൽ ചന്തസ്ഥലിയിലെ വില്ക്കുന്നവനും വാങ്ങുന്നവനും തമ്മിലുള്ള ബന്ധം മാത്രമുള്ള നമ്മുടെ സന്ദർഭത്തിൽ ആ നാടകം കാണുമ്പോൾ, കാവ്യം വായിക്കുമ്പോൾ ഉള്ള അനുഭവം അന്നത്തേതിൽ നിന്ന് തുലോം ഭിന്നമാണ്. ഇന്ന് ആർക്കും അവയിൽ ഉപദർശിക്കാവുന്ന ദൗർബല്യങ്ങളെപ്പോലും ബലങ്ങളാക്കി മാറ്റിയ അന്നത്തെ സാഹചര്യം മനസ്സിലാകാത്തവർക്ക് ആ കൃതികൾ നിർവ്വഹിച്ച കലാപരവും ചരിത്രപരവുമായ ദൗത്യങ്ങൾ തിരിച്ചറിയാനാ വില്ല. ഇവിടെയാണ് ഒരു കൃതി, ഒരു പ്രത്യേക ചരിത്രഘട്ടത്തിൽ ഉല്പാ ദിപ്പിച്ച സാമൂഹ്യപ്രതികരണം (Social response) അളന്നറിഞ്ഞ് അതിന്റെ മൂല്യം നിർണ്ണയിക്കുന്ന ഇ എം എസിന്റെ വിമർശനരീതി പ്രസക്തമാവു ന്നത്. ഒരു പുസ്തകം കൈയിലെടുക്കുമ്പോൾ പശ്ചാത്തലത്തിൽ സമുദ്രം പോലെ ഇരമ്പുന്ന ജീവിതം ഉപദർശിക്കുന്ന ഈ പാരായണ രീതി അതു വരെ അവഗണിക്കപ്പെട്ട കൃതികളെ പരിഗണിക്കുകയും പരമ്പരാഗതനിരൂ പണം പൂജാർഹമായിക്കരുതിയ കൃതികളെ നിശിതമായ വിചാരണയ്ക്ക് വിധേയമാക്കുകയും ചെയ്തു.

വർത്തമാനകാലം സാഹിത്യത്തിന്റെ പ്രമേയമാവുമ്പോൾ അത് 'വില ക്ഷണ'മാവാൻ ഇടയുണ്ടെന്ന് *ദുരവസ്ഥ*യുടെ ആമുഖക്കുറിപ്പിൽ, ആശാൻ ഭയപ്പെടുന്നുണ്ട്. കവി വിചാരിച്ചപോലെ *ദുരവസ്ഥ* മലയാള വിമർശന ത്തിലെ മാടമ്പിമാർ, അഞ്ചരയടി കവിതയായി അവഗണിക്കുകയും ചെയ്തു. ആശാന്റെ *നളിനി*യെ മലയാളവായനക്കാർക്ക് മുമ്പിൽ അവത രിപ്പിച്ച എ ആറിനെപ്പോലെ *ദുരവസ്ഥ*യെ പ്രമേയത്തിലും അതിന്റെ പരി ചരണത്തിലും വരുത്തിയ ഗംഭീരമായ മാറ്റം തിരിച്ചറിഞ്ഞ് ഉയർത്തിപ്പിടി ച്ചത് ഇ എം എസായിരുന്നു. ഏറെ പുകഴ്ത്തപ്പെട്ട സി വി നോവലുക ളിലെ ഭാഷ അദ്ദേഹം പുലർത്തിയ യാഥാസ്ഥിതികമായ മൂല്യബോധ ത്തിന്റെ ഉല്പന്നമാണെന്ന് സ്ഥാപിച്ചുകൊണ്ട് എഴുത്തിന്റെ ഭാഷയും എഴു ത്തുകാരന്റെ പ്രത്യയശാസ്ത്രവും തമ്മിലുള്ള ഗൂഢവും ഗാഢവുമായ

ബന്ധത്തിലേക്ക് ഇ എം എസ് വെളിച്ചം വീഴ്ത്തുകയുണ്ടായി.

എന്നാൽ ഇങ്ങനെ സാഹിത്യവിമർശനത്തിൽ സജീവം ഇടപെട്ടു കൊണ്ടിരുന്ന ഇ എം എസിന് അതിനാവശ്യമായ കോപ്പില്ലെന്ന് എതിരാളികൾ ആക്ഷേപിച്ചിരുന്നു. ഇത് ഒരർത്ഥത്തിൽ ശരിയായിരുന്നു താനും. ഇ എം എസ് ജീവൽ സാഹിത്യസംഘം രൂപീകരിച്ച കാലത്ത് മാർക്സിസ്റ്റ് വിമർശനപദ്ധതി അതിന്റെ ബാലാരിഷ്ടതകൾ പോലും തരണം ചെയ്തിരുന്നില്ല. കാൾഡ്വൽ *മിഥ്യയും തഥ്യയും* (illusion and reality) പ്രസിദ്ധീകരിച്ചത് അക്കാലത്താണ്. മാർക്സിസ്റ്റ് കലാചിന്ത പുഷ്ക്കലമാവുന്നത് പിന്നെയും ദശകങ്ങൾ കഴിയുമ്പോഴാണ്. മാർക്സും എംഗൽസും ലെനിനും കലയിലും സാഹിത്യത്തിലും സൗന്ദര്യശാസ്ത്രത്തിലും സജീവമായ താല്പര്യമെടുത്തിരുന്നുവെങ്കിലും ചില ആനുഷംഗികപരാമർശങ്ങളൊഴിച്ച് ഒരു സമഗ്രസൗന്ദര്യശാസ്ത്രം വികസിപ്പിക്കാൻ അവർക്ക് കഴിഞ്ഞില്ല. മാർക്സിസ്റ്റ് വിജ്ഞാനത്തിന്റെ ഔദ്യോഗിക കേന്ദ്രവും ഏക ഉറവിടവും അന്ന് U S S R ആയിരുന്നു. അതുകൊണ്ട് പടിഞ്ഞാറൻ യൂറോപ്പിലെ മാർക്സിസ്റ്റ് കലാചിന്തകളുമായി പരിചയപ്പെടാൻ അന്ന് സൗകര്യമില്ലായിരുന്നു. സംസ്കാരത്തിന്റെ രാഷ്ട്രീയത്തെ വിശകലനം ചെയ്ത അന്റോണിയോ ഗ്രാംഷിയുടെ ജയിൽക്കുറിപ്പുകളുടെ ഇംഗ്ലീഷ് പരിഭാഷ, എഴുപതുകളിലാണ് പ്രസിദ്ധീകരിക്കപ്പെട്ടത്. എന്നാൽ എതിർപക്ഷമാകട്ടെ വിമർശനകലയുടെ ഗോപുരങ്ങൾപോലെ ഇവിടെ ഉയർന്നുനിന്ന കേസരി, മാരാർ, മുണ്ടശ്ശേരി തുടങ്ങിയവരുടെ നേതൃത്വത്തിൽ സമ്പന്നമായ സഹസ്രാബ്ദദീർഘമായ, പൗരസ്ത്യ പാശ്ചാത്യ കലാചിന്തയുടെ പിൻബലത്തിലാണ് ഇ എം എസ് മുന്നോട്ടു വെച്ച വിമർശനപദ്ധതിയെ തോല്പിക്കാൻ കച്ചകെട്ടിയിറങ്ങിയത്. സർവ്വായുധ സന്നാഹങ്ങളോടെ നിലയുറപ്പിച്ച സൈന്യത്തെ നിരായുധനായി നേരിട്ട പോരാളി ആയിരുന്നു ഇ എം എസ്. ഏതു മാനദണ്ഡത്തിന്റെ മുന്നിലും ആ പ്രകടനം ഗംഭീരമായിരുന്നു. ഇ എം എസിന്റെ സാഹിത്യസങ്കല്പങ്ങളെ ഒരാൾക്ക് ആക്രമിക്കാനും ആക്ഷേപിക്കാനും കഴിഞ്ഞേക്കാം. എന്നാൽ ആർക്കും അവഗണിക്കാനാവാത്തവിധം അദ്ദേഹത്തിന്റെ വാക്കുകൾ ആറുപതിറ്റാണ്ടോളം മലയാള സാഹിത്യ സംവാദങ്ങളുടെ അജണ്ട നിശ്ചയിച്ചുകൊണ്ട് ഇവിടെ മുഴങ്ങിനിന്നു. അദ്ദേഹത്തിന്റെ വിമർശനരീതിയും ആ നേതൃത്വത്തിൽ പ്രവർത്തിച്ചുവന്ന പുരോഗന സാഹിത്യപ്രസ്ഥാനവും മലയാളിയുടെ കലാശീലങ്ങളിൽ മൗലികമായ അഴിച്ചുപണികൾ നടത്തി. ലബ്ധ പ്രതിഷ്ഠരായ എഴുത്തുകാർ പോലും ആ സംവാദമണ്ഡലത്തിലേക്ക് ആകർഷിക്കപ്പെട്ടു. പുതിയ പരിപ്രേക്ഷ്യത്തിൽ കലയും ജീവിതവും നോക്കിക്കാണാൻ പരിശീലനം നേടിയ എഴുത്തുകാരുടെയും വായനക്കാരുടെയും ഒരു വലിയ സമൂഹം തന്നെ ഇവിടെ വളർന്നുവരാൻ തുടങ്ങി. നിരക്ഷരർ സാക്ഷരരും, സാക്ഷരർ വായനക്കാരും വായനക്കാർ എഴുത്തുകാരും ആയി മാറിക്കൊണ്ടിരുന്നു. ഏതു പാഴ്മരവും പൂക്കുന്ന വസന്തം പോലെ ജനസംസ്കൃതിയുടെ ആ മധുസമയങ്ങളിൽ എല്ലാവരുടെയും ഉള്ളിൽ ഒരു

കിളി പാടുന്നുണ്ടായിരുന്നു. ആളുകൾ സ്വന്തം കഴിവുകൾ സ്വയം തിരിച്ചറിഞ്ഞ് ആത്മബോധമുള്ളവരായിത്തീർന്നു. പ്രാന്തങ്ങളിലേക്ക് വകഞ്ഞുമാറ്റപ്പെട്ടവർ ജീവിതത്തിന്റെയും സംസ്കാരത്തിന്റെയും കേന്ദ്രങ്ങളിൽ ഇരച്ചെത്തുകയും സ്വന്തം വിധിയുടെ കാര്യത്തിൽ സ്വയം നിർണ്ണയാവകാശം പ്രഖ്യാപിക്കുകയും ചെയ്തു. ഇങ്ങനെ ഒരു ജനതയ്ക്ക് അവർ ജീവിക്കുന്ന കാലത്തിന്റെ പ്രവണതകളെ വായിച്ചെടുക്കാനുള്ള രാഷ്ട്രീയ സാക്ഷരത നല്കി ഇ എം എസ് കടന്നുപോയി.

11

ചെറുകാട്-സാഹിത്യവും രാഷ്ട്രീയവും

ചെറുകാടിന്റെ സാഹിത്യജീവിതത്തിന് അദ്ദേഹത്തിന്റെ ജീവിതത്തിന്റെ പാതിയോളമേ ദൈർഘ്യമുള്ളൂ. പുസ്തകങ്ങളുടെ പ്രകാശനകാലം പരിഗണിച്ചാൽ 1945 മുതൽ 75 വരെയുള്ള മുപ്പതു കൊല്ലത്തിനുള്ളിലാണ് തന്റെ മുഴുവൻ കൃതികളും അദ്ദേഹം എഴുതിത്തീർത്തത്. ഇതിൽ ആദ്യത്തെ മൂന്ന് കൊല്ലംകൊണ്ടാണ് *അന്ത:പുരത്തിലും തിരമാലയിലും* സമാഹരിച്ച കവിതകൾ എഴുതിയത്. 48 ൽ *നമ്മളൊന്ന്* എന്ന നാടകം എഴുതുന്നു. പിന്നീട് ഒരാറുകൊല്ലത്തെ ഇടവേളയ്ക്കുശേഷം *മണ്ണിന്റെ മാറിൽ* (1954) പ്രസിദ്ധീകരിക്കുന്നു. തുടർന്ന് തുരുതുരെ നാടകങ്ങൾ *തറവാടിത്തം, സ്നേഹബന്ധങ്ങൾ, സ്വതന്ത്ര, മനുഷ്യഹൃദയങ്ങൾ, വിശുദ്ധ നുണ, കുട്ടിത്തമ്പുരാൻ, മുളങ്കൂട്ടം*- എഴുതുന്നു. 1959 ൽ മുത്തശ്ശിയും *ശനിദശ*യും താമസംവിനാ *പ്രമാണി*യും *മരുമകളും* പ്രകാശനം ചെയ്യുന്നു. ഒരു ദശകത്തിന്റെ വിടവിനുശേഷമാണ് *ദേവലോകം* (1971) വെളിച്ചം കാണുന്നത്. ചെറുകാട് തന്റെ 'മാസ്റ്റർപീസ്' ആയ *ജീവിതപ്പാത* എഴുതുന്നത്. 74 ൽ ആണ്. അന്ത്യകൃതിയായ 'ഭൂപ്രഭു' (1976) മരണാനന്തരമാണ് പുരസ്തകരൂപത്തിൽ പുറത്തുവരുന്നത്.

വൈപുല്യവും വൈവിദ്ധ്യവുമുള്ളതാണ് ചെറുകാടിന്റെ സാഹിത്യലോകം. ഒരാൾ എങ്ങനെ എഴുതിയെന്നോ എന്തെഴുതിയെന്നോ മാത്രമല്ല, എത്ര എഴുതി എന്നും എന്തൊക്കെ എഴുതി എന്നുംകൂടി സാഹിത്യവിശകലനത്തിൽ പരിഗണിക്കേണ്ടതുണ്ട്. താരമത്യേന ഹ്രസ്വമായ തന്റെ സാഹിത്യജീവിതത്തിനിടയ്ക്ക് ആയിരക്കണക്കിന് പേജുകൾ ഒരുതരം വന്യമായ വാശിയോടെ അദ്ദേഹം എഴുതിനിറച്ചിട്ടുണ്ട്. അളവിലെ ഈ വൈപുല്യത്തോടൊപ്പം കവിതയും കഥയും നോവലും നാടകവും ആത്മകഥയുമായി ആവിഷ്കാരത്തിന്റെ വൈവിദ്ധ്യവും ചെറുകാടിൽ വിളഞ്ഞു

നില്പുണ്ട്. രൂപത്തിന്റെ തലത്തിൽ മാത്രമുള്ളതല്ല ഈ വൈവിദ്ധ്യം. അദ്ദേഹം സൃഷ്ടിച്ച അസംഖ്യം കഥാപാത്രങ്ങൾ ഒരു ഘോഷയാത്രപോലെ നീങ്ങുമ്പോൾ അവർക്ക് പരസ്പരം രൂപത്തിലും പ്രായത്തിലുമുള്ള സ്ഥൂല വ്യത്യാസങ്ങൾ സ്വാഭാവികമായും ഉണ്ട്. എന്നാൽ ഒരേ പ്രായക്കാരായ *മുത്തശ്ശി*യിലെ നാണിയും നളിനിയും തമ്മിൽ അവരും *ശനിദശ*യിലെ തങ്കമ്മയും തമ്മിൽ തറവാടിത്തത്തിലെ കുമ്മിണിക്കുട്ടിയും *സ്നേഹബ ന്ധ*ങ്ങളിലെ ലക്ഷ്മിക്കുട്ടിയും *മനുഷ്യഹൃദയ*ങ്ങളിലെ കല്യാണിക്കുട്ടിയും തമ്മിൽ എല്ലാമുള്ള സൂക്ഷ്മമായ വൈവിദ്ധ്യങ്ങൾ അവരുടെ ഭാവങ്ങ ളിലും സ്വഭാവങ്ങളിലും ചെയ്തികളിലും ചൊല്ലുകളിലും കൈവിരുതോടെ ചെറുകാട് അടയാളപ്പെടുത്തിയിട്ടുണ്ട്.

എന്നാൽ, രൂപരചനയിലും പാത്രസൃഷ്ടിയിലും വെളിപ്പെടുന്ന ഈ വൈവിദ്ധ്യം ഇതിവൃത്തഘടനയിൽ തെല്ലും ദൃശ്യപ്പെടുന്നില്ല. ഒരു *ദേവ ലോക*വും *ഭൂപ്രഭു*വും ഒഴിച്ചാൽ ചെറുകാടിന്റെ മറ്റെല്ലാ കൃതികളുടെയും പശ്ചാത്തലം വള്ളുവനാട്ടിലെ ഗ്രാമജീവിതമാണ്. ഈ കഥകളുടെ രംഗ സ്ഥലം മാത്രമല്ല, അവ നടക്കുന്ന കലാഭൂമികയിലും ഐകരൂപ്യമുണ്ട്. 1936 മുതൽ 56 വരെ നീളുന്ന സംഭവബഹുലവും സംഘർഷ നിർഭരവു മായ ഒരു സംക്രമണകാലത്തിന്റെ കഥകളാണ് ചെറുകാട് ആവർത്തിച്ച് ആഖ്യാനം ചെയ്തത്. ഏതോ സമരതീക്ഷ്ണത, തെക്ക് വയലാർ മുതൽ വടക്കേ മലബാറിലെ ഗ്രാമങ്ങൾ വരെ വ്യാപിച്ച ആ കാലം അക്ഷരാർത്ഥ ത്തിൽത്തന്നെ കേരളചരിത്രത്തിലെ അരുണദശകങ്ങളായിരുന്നു. *ശനി ദശ*യിലെ കഥാനായകനും നായികയും ഭരണാധികാരത്തിന്റെയും പുരു ഷാധികാരത്തിന്റെയും കൊടിയ മർദ്ദനം യഥാക്രമം ഏറ്റുവാങ്ങിയവരാ ണ്. "അവരന്യോന്യം ചുവന്ന മുഖം നോക്കിക്കണ്ടു. അവരാ ചുവപ്പിൽ ജീവിതത്തിന്റെ തനിനിറം കണ്ടു" എന്നെഴുതുന്ന ചെറുകാടിന് മർദ്ദിത മായ മനുഷ്യത്വത്തിന്റെ മർദ്ദനത്തിന്റെ മുൻപിൽ തലകുനിക്കാത്ത മർത്ത്യ ധീരതയുടെ, എന്തിന് ജീവിതത്തിന്റെ തന്നെ അടിസ്ഥാന വർണ്ണം- തനി നിറം ചുവപ്പാണെന്ന് അറിയാമായിരുന്നു.

അടിമത്തത്തിൽനിന്ന് സ്വാതന്ത്ര്യത്തിലേക്കുള്ള ഒരു ജനതയുടെ യാത്രാവിവരണമാണ് ചെറുകാടിന്റെ സാഹിത്യം. ബ്രിട്ടീഷ് മേധാവിത്വ ത്തിൽനിന്ന് ഇന്ത്യയുടെ, ജന്മിത്വത്തിൽ നിന്ന്, കൃഷിക്കാരന്റെ, സ്കൂൾ മാനേജരുടെ പിടിയിൽനിന്ന്, അദ്ധ്യാപകരുടെ, ജാതിമേധാവിത്വത്തിൽ നിന്ന് കീഴ്ജാതിക്കാരുടെ, ആൺകോയ്മയിൽനിന്ന്, സ്ത്രീകളുടെ പഴമ യിൽനിന്ന്, പുതുമയുടെ, സ്വാതന്ത്ര്യമാണ്, കേവലമല്ല സമഗ്രവും സമ്പൂർണ്ണവുമായ സ്വാതന്ത്ര്യമാണ്- ചെറുകാടിന്റെ ആദർശം. സ്ത്രീ പുരുഷ ബന്ധങ്ങളുടെ കുടുംബഘടനയിൽ, ജാതിബന്ധങ്ങളുടെ സമൂ ഹഘടനയിൽ എല്ലാം അധികാരം ഏതോ തിരസ്കരണികൊണ്ട് അദൃ ശ്യമായി വാഴുന്നു. അധികാരമുണ്ടെങ്കിൽ അവിടെ അടിമത്തവും അസമ ത്വവും ഉണ്ട്. ഉടമകളുടെ വരമായി അടിമകൾക്ക് സ്വാതന്ത്ര്യം കൈവ രില്ല. അത് അവർ സ്വയം പൊരുതി നേടേണ്ടതാണ്. ആ പോരാട്ടത്തിന്

ചില അഗ്രദൂതന്മാരും ചിലപ്പോൾ അവരുടെ ആത്മബലിയും അനിവാര്യമായി വരും. അപ്പോൾ മാറുകയല്ല മാറ്റുകയാണെന്നും ആ പ്രക്രിയയ്ക്ക് ഒരു കർത്തൃത്വം, ഏജൻസി ഉണ്ടെന്നും അത് വിപ്ലവകരമായ രാഷ്ട്രീയ പ്രയോഗമാണെന്നും ചെറുകാട് കരുതുന്നു. *പ്രത്യയശാസ്ത്രം ഒരു മുഖവുര* എന്ന പുസ്തകത്തിൽ ടെറി ഈഗിൾടൺ ആശയങ്ങളാണ് ചരിത്രത്തിന്റെ പ്രഭവമെങ്കിൽ തെറ്റായ ആശയങ്ങളെ ശരിയായ ആശയങ്ങൾകൊണ്ട് നേരിട്ട് സമൂഹത്തെ മാറ്റിത്തീർക്കാം എന്ന് സങ്കല്പിക്കുന്നതിൽ സാംഗത്യമുണ്ടെന്ന് പറയുന്നു. എന്നാൽ, യുക്തിവാദത്തിന്റെയും ആശയവാദത്തിന്റെയും ഈ സമ്മിശ്രണത്തെയാണ് മാർക്സും എംഗൽസും തള്ളിക്കളഞ്ഞതെന്ന് തുടർന്ന് എഴുതുന്നു. സാമൂഹ്യബന്ധങ്ങൾ നങ്കൂരമിടുന്നത് യഥാർത്ഥ വൈരുദ്ധ്യങ്ങളിൽ ആണെന്നതിനാൽ സാമൂഹ്യബന്ധങ്ങൾ മാറ്റിമറിക്കാൻ യഥാർത്ഥ വൈരുദ്ധ്യങ്ങളെ മാറ്റാനുള്ള പ്രായോഗിക പ്രവർത്തനങ്ങൾ കൂടിയേ തീരൂ. വിപ്ലവ്രാഷ്ട്രീയത്തിൽനിന്ന് പ്രത്യയശാസ്ത്രത്തിന്റെ ഭൗതികവാദപരമായ സിദ്ധാന്തത്തെ വേർതിരിക്കാനാവില്ലെന്നും ഈഗിൾടൺ എഴുതുന്നു. മൗലികമായ ഈ മാർക്സിസ്റ്റ് നിലപാടിൽ അടിയുറച്ചുനിന്ന ചെറുകാട് അതുകൊണ്ടുതന്നെ സാമൂഹ്യബന്ധങ്ങളിൽ ഉൾച്ചേർന്ന മേൽകീഴ് ഘടനയെ മാറ്റിത്തീർക്കുന്ന വിപ്ലവ രാഷ്ട്രീയത്തിന് തന്റെ കഥകളിൽ നായകപദവി നല്കുകയും ചെയ്തു. സ്വന്തം രചനകളുടെ ഇതിവൃത്തത്തിൽ രാഷ്ട്രീയത്തിന് ചെറുതല്ലാത്ത സ്ഥാനം നല്കിയ എഴുത്തുകാർ ഏറെയുണ്ട്. എന്നാൽ, രാഷ്ട്രീയം സാഹിത്യകൃതികളുടെ പ്രമേയമാക്കിയ വിപ്ലവരാഷ്ട്രീയത്തെ താനെഴുതിയ ബൃഹദാഖ്യാനങ്ങളുടെ പ്രോട്ടോഗണിസ്റ്റായി വിഭാവനം ചെയ്ത മറ്റൊരാൾ മലയാള സാഹിത്യലോകത്ത് വേറെ ഇല്ലെന്നു തോന്നുന്നു.

മാറ്റത്തിന്റെ, മാറ്റുന്നവരുടെ, ആ പ്രക്രിയയിൽ സ്വയം മാറുന്നവരുടെ കഥകളാണ് ചെറുകാട് എഴുതിയത്. ഒന്നും ആരും ഒരിടത്തും സ്തംഭിച്ചു നില്ക്കുന്നില്ല. ഏതും ഏവരും സദാ ചലിക്കുകയും മാറുകയും ചെയ്യുന്നു. ഉപരിവർഗ്ഗത്തിലുൾപ്പെട്ടവർ 'തൊഴിലാളിവർഗ്ഗത്തിന്റെ ദത്തുപുത്ര' രാവുന്നു. തൊഴിലാളിവർഗ്ഗത്തിൽ പെട്ടവർ തന്നെ തദർത്ഥവർഗ്ഗത്തിൽനിന്ന് പരാർത്ഥവർഗ്ഗമായി പരിവർത്തനം ചെയ്യുന്നു. മാറുന്ന ജീവിതത്തിന്റെയും വളരുന്ന മനുഷ്യരുടെയും കഥ പറഞ്ഞു പറഞ്ഞ് ഇവിടെ നിലനിന്ന ഒരുതരം 'സ്റ്റാറ്റിക് റിയലിസ'ത്തെ 'ഡൈനാമിക് റിയലിസ'മായി വികസിപ്പിക്കാനും ചെറുകാടിന് സാധിച്ചിരുന്നു. *മണ്ണിന്റെ മാറിലും മുത്തശ്ശി*യും മൂന്നു തലമുറകളുടെ ജീവിതാഖ്യാനമാണ്. ഒന്നാം തലമുറയിൽപ്പെട്ട കൊമ്പൻകൊണ്ടേരനും മുത്തശ്ശിയും ജീവിക്കുന്ന ലോകത്തിലല്ല മൂന്നാം തലമുറക്കാരായ കൊച്ചുകൊണ്ടേരനും (മണ്ണിന്റെ മാറിൽ) നാണിയും (മുത്തശ്ശി) ജീവിക്കുന്നത്. അതുകൊണ്ടുതന്നെ അവരുടെ ലോകവീക്ഷണങ്ങളും മൂല്യബോധനങ്ങളുമെല്ലാം മൗലികമായും ഭിന്നങ്ങളോ വിപരീതങ്ങൾ പോലുമോ ആണ്. *ശനിദശ*യിലെ കുറുപ്പും തങ്കമ്മയും തുടക്കത്തിൽ

പരിഷ്കാരികളെങ്കിലും പാരമ്പര്യത്തോടിണങ്ങി പുലരുന്നവരാണ്. എന്നാൽ കഥാന്ത്യത്തിൽ വിമോചനത്തിന്റെ ബലിവേദിയിൽ സ്വന്തം ജീവിതം എറിഞ്ഞുടച്ച ധീരാത്മാക്കളായി അവർ രൂപാന്തരപ്പെടുന്നു.

കേരളത്തിൽ അന്യസംസ്ഥാനങ്ങളെ അപേക്ഷിച്ച് അന്നും ഒരു പക്ഷേ, ഇന്നും മഹാനഗരങ്ങളില്ല. കാർഷികവൃത്തിയുമായി കെട്ടിയിടപ്പെട്ട സുദീർഘമായ ഗ്രാമജീവിതത്തിന്റെ ചരിത്രമാണ് കേരളത്തിനുള്ളത്. പോയ നൂറ്റാണ്ടിന്റെ പ്രഥമാർദ്ധത്തിൽ കർഷക പ്രസ്ഥാനവും കമ്യൂണിസ്റ്റ് പാർട്ടിയും ഈ ഗ്രാമജീവിത്തെയാണ് അതിന്റെ ദീർഘസുഷുപ്തിയിൽ നിന്ന് തട്ടിയുണർത്തിയത്. ഗ്രാമീണമായ പ്രബുദ്ധതയായിരുന്നു ഈ നാടിന്റെ സവിശേഷത. നീണ്ട നിന്ദ്ര വെടിഞ്ഞ് യുക്തിബോധവും ജനാധിപത്യബോധവും ദേശീയബോധവും വർഗ്ഗബോധവും ആർജ്ജിച്ചു വളർന്ന നമ്മുടെ നാട്ടുജീവിതത്തിന്റെ നാടകീയമായ പരിണാമമാണ് ചെറുകാടിന്റെ കല ആവർത്തിച്ച് ആവിഷ്കരിച്ചത്. *മുത്തശ്ശി* കേവലം അദ്ദേഹത്തിന്റെ നോവലിൽ ആദ്യവസാനം നിറഞ്ഞു നില്ക്കുന്ന ഒരു കഥാപാത്രം മാത്രമല്ല, ഇരുപതാം നൂറ്റാണ്ടിൽ കേരള ഗ്രാമചേതനയിൽ സംഭവിച്ച ഗംഭീരമായ പരിവർത്തനത്തെ പ്രതിനിധാനം ചെയ്യുന്ന മുഖ്യരൂപകം തന്നെയാണ് മുത്തശ്ശി.

അധികാരത്തിന്റെ മുഖത്തേറ്റ അടി

*ശനിദശ*യിൽ സർവ്വത്ര ചെറുകാടിന്റെ കൈയൊപ്പുകൾ പതിഞ്ഞിട്ടുണ്ട്. രചനയിൽ അദ്ദേഹം പാലിക്കുന്ന ശീലങ്ങളും ശൈലീവിശേഷങ്ങളുമെല്ലാം ആ നോവലിൽ വെളിച്ചപ്പെടുന്നുണ്ട്. അത് കമ്യൂണിസ്റ്റുപാർട്ടി നിരോധിക്കപ്പെട്ട ഒരു കറുത്ത കാലത്തിന്റെ പശ്ചാത്തലത്തിൽ എഴുതിയ കഥയാണ്. കുഞ്ഞിക്കുട്ടക്കുറുപ്പിന്റെയും വീട്ടുകാരുടെ വിലക്ക് ലംഘിച്ച് അയാളുടെകൂടെ ഇറങ്ങിത്തിരിച്ച തങ്കമ്മയുടെയും ജീവിതത്തിലെ സംഭവബഹുലവും സംഘർഷഭരിതവുമായ ചില ദിവസങ്ങളുടെ കഥയാണ് ചെറുകാട് പറയുന്നത്. അമ്മയുമച്ഛനും കൂടി തെരഞ്ഞുപിടിച്ചുതരുന്ന പെൺകുട്ടിയെ കല്യാണം കഴിക്കാൻ താൻ ഒരുക്കമാണെന്ന് കുഞ്ഞിക്കുട്ടക്കുറുപ്പ്. ആ കുട്ടിയോട് നേരിട്ട് ചോദിച്ച് അവളുടെ അഭിപ്രായമാരായണം എന്ന ഒരു നിബന്ധന മാത്രമേ അയാൾക്കുള്ളൂ. ഈ വക പുതിയ പരിഷ്കാരങ്ങളോട് കുറുപ്പിന്റെ അച്ഛനമ്മമാർക്കും എതിർപ്പൊന്നുമില്ല. ചോദിച്ചാൽ ഉള്ളുതുറന്ന് പറയാമോ? എന്ന അയാളുടെ ആകാംക്ഷയ്ക്ക് എനിക്ക് ഉള്ളുതുറക്കാതെ പറയാൻ വയ്യ എന്നായിരുന്നു തങ്കമ്മയുടെ മറുപടി. കല്യാണത്തലേന്ന് കമ്യൂണിസ്റ്റ് മുദ്രകുത്തി കുറുപ്പിനെ പൊലീസ് കസ്റ്റഡിയിലെടുക്കുന്നു. ബന്ധുക്കൾ ബഹുവിധ ക്ലേശങ്ങൾ സഹിച്ച് ജാമ്യത്തിലിറക്കി വരനെ പെൺവീട്ടിലെത്തിച്ചെങ്കിലും ഉദ്യോഗസ്ഥ പ്രഭുവായ ജ്യേഷ്ഠസഹോദരൻ ഒരു കമ്യൂണിസ്റ്റിന്റെ കൂടെ പെങ്ങളെ അയയ്ക്കാൻ വിസമ്മതിക്കുന്നു. അപ്പോഴും കുഞ്ഞുകുട്ടക്കുറുപ്പ് തങ്കമ്മയുടെ അഭിപ്രായം

എന്താണ് എന്നാരായുന്നു. "അതന്വേഷിക്കണ്ട ഇവിടെ തങ്കമ്മയ്ക്കൊരഭിപ്രായമില്ലെന്ന്" ജ്യേഷ്ഠൻ തീർത്തുപറയുന്നു. "തങ്കമ്മയോടുംകൂടി അഭിപ്രായം ചോദിച്ചിട്ടാണ് ഞാനിതിന് വന്നത്" എന്ന് കുറുപ്പ്. മുഹൂർത്തം തെറ്റാതെ തങ്കമ്മയുടെ കഴുത്തിൽ 'താലിക്കെട്ടി'ക്കാൻ കള്ളുകുടിയനും തെമ്മാടിയും എന്നാൽ 'തറവാട്ടു'കാരനുമായ ഒരാളെ വീട്ടുകാർ ഒരുക്കി നിർത്തിയിട്ടുണ്ട്. നിർണ്ണായകമായ ആ സന്ദർഭത്തിൽ തങ്കമ്മ 'ഉള്ളുതുറക്കുന്നു'. നിങ്ങൾക്കെല്ലാവർക്കും ഒന്നേ പറയാനുള്ളൂ. തറവാടിന്റെ കാര്യം. എനിക്ക് ഞാൻ കേടുവരുന്ന കാര്യമാണ് പറയാനുള്ളത്. തങ്കമ്മയ്ക്ക് (സ്ത്രീക്ക്) സ്വന്തം വിവാഹത്തിന്റെ കാര്യത്തിൽപോലും ഒരഭിപ്രായവും ഇല്ലെന്ന്, ഉണ്ടാവുക വയ്യെന്ന് കരുതിപ്പോരുന്ന സാമാന്യബോധത്തെ വിറപ്പിച്ചുകൊണ്ട് നിശ്ശബ്ദമായി ഇരിക്കാനുള്ള തന്റെ വിസമ്മതം അവൾ വിളിച്ചുപറയുന്നു. കീഴാളർക്ക് സ്വാഭിപ്രായമില്ലെന്നും അവരുടേത് നാക്കും വാക്കും ഇല്ലാത്ത ഒരു മൂകലോകമാണെന്നും അവരെ മറ്റാരെങ്കിലും പ്രതിനിധീകരിക്കേണ്ടതുണ്ടെന്നും ഉള്ള മൂഢബോദ്ധ്യത്തിന്റെ ചില്ലുമേടകൾ എറിഞ്ഞുടച്ചുകൊണ്ട് സ്വയം പ്രതിനിധീകരിക്കുന്ന സ്വന്തം ശബ്ദവും അഭിപ്രായവുമുള്ള കീഴാളത്ത്വത്തിൽനിന്ന് മോചനം നേടുന്ന പെൺകുലത്തിന്റെ പ്രതീകം പോലെ തങ്കമ്മ ഇവിടെ തന്റേടത്തോടെ തലയുയർത്തി നില്ക്കുന്നു.

അധികാരത്തിന്റെ അടിയേറ്റപ്പോൾ 'ചുവന്ന മുഖ'മാണ് *ശനിദശ*യിലെ നായികാനായകന്മാരുടേത് എന്നു പറഞ്ഞുവല്ലോ. ആത്മാനുഭവങ്ങളിലൂടെയാണ് ജീവിതത്തിന്റെ തനിനിറം ചുവപ്പാണെന്ന് അവർ തിരിച്ചറിയുന്നത്. തനിക്കുണ്ടായ പ്രണയഭംഗത്തിൽ മനമുലഞ്ഞ് വീട്ടിൽ ഇരിപ്പുറയ്ക്കാതെ പതിവില്ലാത്തവിധം ചെത്തുവഴിയിലേക്ക് ഇറങ്ങിയപ്പോഴാണ് അതുവരെ നാട്ടിൽകണ്ടിട്ടില്ലാത്ത ഒരു കൊടി, മൂവർണ്ണക്കൊടി കൊച്ചുകൊണ്ടേരന്റെ (മണ്ണിന്റെ മാറിൽ) കണ്ണിൽപ്പെടുന്നത്. മുമ്പൊന്നും പ്രത്യേകിച്ചൊരടുപ്പവും തോന്നാതിരുന്ന കോൺഗ്രസുകാരനായ ഗോപാലൻകുട്ടി മേനോനോട് അതോടെ അവൻ കൂടുതൽ അടുത്തു. വീട്ടുചുമരിൽ പറശ്ശിനിക്കടവ് മുത്തപ്പന്റെ ചിത്രത്തിനൊപ്പം മഹാത്മാഗാന്ധിയുടെ ചിത്രവും സ്ഥാനം പിടിച്ചു. "ഓൻപ്പോ കോൺഗ്രസാത്രെ. നാട്ടുകാരുടെ കയ്യു വീഴൂലൊ ഓന്റെ പുറത്ത്" എന്ന് അവനെപ്പറ്റിയുള്ള തന്റെ ആവലാതിയും വേവലാതിയും അച്ഛൻ അയ്യപ്പൻ പ്രകടിപ്പിച്ചു. "തിരുമാളുക്കുട്ടിയുടെ കല്യാണം കഴിഞ്ഞേടത്ത് നിന്നിങ്ങട്ട് ചെറുക്കന്റെ മട്ടൊക്കെ മാറീടക്കണു" എന്ന് അമ്മ ഇട്ടിച്ചിരിയും പറയുന്നു. ഇവിടെ കാണുംപോലെ ചെറുകാടിന്റെ കഥാപാത്രങ്ങളെ രാഷ്ട്രീയക്കാരാക്കുന്നത് ജീവിതത്തിന്റെ പ്രതിസന്ധികളാണ്. അമൂർത്തമായ ആശയങ്ങളല്ല. മൂർത്തമായ അനുഭവങ്ങളാണ് അവരെ കോൺഗ്രസും കമ്യൂണിസ്റ്റുമൊക്കെ ആക്കുന്നത്. *പാട്ടബാക്കി*യും *നിങ്ങളെന്നെ കമ്യൂണിസ്റ്റാക്കി*യും അടക്കമുള്ള നാടകങ്ങളിലും നോവലുകളിലുമൊക്കെ കമ്യൂണിസ്റ്റ് കഥാപാത്രങ്ങൾ ഉണ്ട്. എന്നാൽ അവർ രംഗപ്രവേശം ചെയ്യുന്നതു തന്നെ കമ്യൂണിസ്റ്റുകാരായി

ട്ടാണ്. നാടകത്തിനകത്ത് ആഖ്യാനത്തിനുള്ളിൽ പ്രത്യേകിച്ചൊന്നും അവർക്ക് ചെയ്യാനില്ല. അവർ മാറിയതും വളർന്നതുമെല്ലാം അതാതു കൃതികളുടെ വെളിയിൽ വെച്ചാണ്. അതുകൊണ്ട് ആ സാഹിത്യ പുസ്തകങ്ങളുടെ ജൈവഘടനയിൽ ഉൾപ്പെടാതെ ഏതോ വിചിത്രജീവികളെപ്പോലെ പെരുമാറുകയും ചില കമ്യൂണിസ്റ്റ് ജാർഗണുക്കൾ ഉരുവിടുകയും ചെയ്യുന്നു. മലയാളസാഹിത്യത്തിൽ പ്രത്യക്ഷപ്പെട്ട കമ്യൂണിസ്റ്റ് കഥാപാത്രങ്ങൾക്ക് പൊതുവിലുള്ള ഈ ദൗർബല്യം ചെറുകാട് കൃതികളിലെ രാഷ്ട്രീയപ്രവർത്തകരായ സ്ത്രീപുരുഷന്മാരെ ബാധിച്ചിട്ടില്ല. അദ്ദേഹം എഴുതിയത് ചുട്ടുപൊള്ളുന്ന അനുഭവങ്ങൾ കമ്യൂണിസ്റ്റാക്കിയ ഒരു തലമുറയുടെ കഥകളായിരുന്നു.

ചെറുകാട് സാഹിത്യത്തിന്റെ പ്രമേയത്തിൽ മാത്രമല്ല, രൂപഘടനയിലും വള്ളുവനാട്ടിലെ ഗ്രാമജീവിതത്തിന്റെ നിറങ്ങളും ഗന്ധങ്ങളും ഉണ്ട്. 'വിത്തിന്റെ വല്ലത്തിൽ കടന്നുകൂടിയ ഒരു ചുണ്ടെലിയെപ്പോലെ 'ഒരു കുറുഞ്ഞിപ്പൂച്ച പാൽപ്പാത്രത്തിന്റെ അടുത്തേക്കെന്നപോലെ' 'ചിറ്റുവിളക്കിനെറിഞ്ഞ നാളികേരത്തിന്റെ ചിതറിത്തെറിച്ച പൊട്ടുപോലെ', 'കയറ്റുപാടുള്ള ഒരു മൂരിക്കുട്ടിയെപ്പോലെ' യാതൊരു ചടക്കവുമില്ലാതെ തുടങ്ങിയ കല്പനകളിൽ എല്ലാം ഗ്രാമസംസ്കൃതിയുടെ സൗരഭ്യം പുരണ്ടിട്ടുണ്ട്. 'പടിഞ്ഞാറെ ജനലിൽക്കൂടി തെങ്ങുകൾക്കിടയിലൂടെ പാടത്തേക്ക് നോക്കി. അവിടെ കരിയിട പേർന്ന് കുറുത്തുയരുന്ന നെൽച്ചെടികൾ നൃത്തം വെക്കുകയാണ്." ആസന്നമായ വിവാഹജീവിതത്തെക്കുറിച്ചുള്ള ലോലവികാരങ്ങൾ മധുരാസ്വാസ്ഥ്യങ്ങൾ നിറയുന്ന നായകന്റെ (*ശനിദശ*) നിഗൂഢമായ ചിത്തവൃത്തികൾ നോവലിൽ കരിയിട പേർന്ന് കറുത്തുയരുന്ന നെൽച്ചെടികളായി നൃത്തം വെക്കുന്നു. ആരും ഒന്ന് 'മാനം' നോക്കിപ്പോകുന്ന ആ സവിശേഷ സന്ദർഭത്തിലും ചെറുകാടിന്റെ കഥാപാത്രം പാടത്തേക്കാണ്, മണ്ണിലേക്കാണ് കണ്ണയയ്ക്കുന്നത് എന്നതും ശ്രദ്ധേയമാണ്. *മണ്ണിന്റെ മാറിൽ* ചെറുകാട് എഴുതിയ ആദ്യത്തെ നോവലാകുന്നു. എന്നാൽ. ഈ എഴുത്തുകാരന്റെ സകല കൃതികളുടെയും സാമാന്യനാമമായി അത് മാറുന്നുണ്ട്. മണ്ണിന്റെ മാറിടം വിട്ടുപോകാൻ, പ്രകരണം എത്രമേൽ സ്വപ്നസന്നിഭമായാലും ചെറുകാടിന്റെ കലയ്ക്ക് ആവുകയില്ല.

ഗ്രാമജീവിതത്തിന്റെ തനിമ തേടേണ്ടത് നാട്ടുപച്ചയിലോ നാടൻ ജീവിതത്തിലോ അല്ല. അവയുടെ പരസ്പരബന്ധത്തിൽ ജൈവ ഐക്യത്തിലാണ്. ഇങ്ങനെ കഥാപാത്രങ്ങളുടെ ബാഹ്യചലനങ്ങളെ മാത്രമല്ല അന്തർമണ്ഡലങ്ങളിലെ സൂക്ഷ്മമായ ആവേഗങ്ങളെപ്പോലും പ്രകൃതിയുടെ പ്രസാദങ്ങളോടും വിഷാദങ്ങളോടും ചെറുകാട് വിളക്കിച്ചേർക്കുന്നുണ്ട്. പാടത്തെ നെൽച്ചെടികളെപ്പോലെ വീട്ടുതൊടിയിലെ പൂച്ചെടികളും നിറയെ പൂത്തും പാടെ വാടിക്കൊഴിഞ്ഞും ഭാവോൻമീലനം സാധിക്കുന്നു. *ശനിദശ*യിൽ കുഞ്ഞിക്കുട്ടക്കുറുപ്പിനെ തങ്കമ്മയുമായുള്ള വിവാഹാലോചനയ്ക്ക് പ്രേരിപ്പിച്ചും സമ്മതിപ്പിച്ചും പത്തായപ്പുരയിൽനിന്ന് താഴെയിറങ്ങിവരുന്ന അച്ഛൻ നമ്പൂതിരി, മുറ്റത്ത് താൻ നട്ടുനനച്ചുണ്ടാ

ക്കിയ ഒട്ടുമാവിന്റെ നിറയെ പൂത്ത കൊമ്പ് ഒടിഞ്ഞുകിടക്കുന്നത് കാണുന്നു. അദ്ദേഹം അത് നോക്കിനിന്ന് നെടുവീർപ്പിട്ടു കൊണ്ട് പറയുന്നു. "നിറച്ചും പൂവ്, അത് നശിച്ചു" വൈകാതെ വരാൻ പോകുന്ന ദുരന്തം സൂചിപ്പിക്കുന്ന ദുശ്ശകുനങ്ങൾപോലെ ഈ ഒടിഞ്ഞ മാങ്കൊമ്പും കൊഴിഞ്ഞ പൂക്കളും മാറുന്നു. കഥാനായകന്റെ വീട്ടുമുറ്റത്തെ ഒട്ടുമാവു പോലെ നായികയുടെ ഗൃഹാങ്കണത്തിൽ ഒരശോകമരവുമുണ്ട്. കുറുപ്പ് തങ്കമ്മയോട് മനസ്സമ്മതം ചോദിക്കാൻ ആ വീട്ടിലെത്തിയപ്പോൾ അവർ വന്ന വാഹനം ഒതുക്കിയിടുന്ന് ആ അശോകമരത്തിന്റെ ചോട്ടിലാണ്. അവളുടെ വിവാഹദിനത്തിൽ വരൻ ജയിലിലാണെന്നറിയുമ്പോൾ കാരണവന്മാർ മേൽനടപടികളെക്കുറിച്ച് കാര്യവിചാരം ചെയ്യുന്ന രംഗവും ആ അശോകമരത്തണലിൽ തന്നെയാണ്. കല്യാണപ്പെണ്ണിന് മുടിയിൽ ചൂടാൻ അശോകപ്പൂങ്കുല തേടി അവളുടെ തോഴി അപ്പോൾ അവിടെ എത്തുന്നുണ്ട്. ഇങ്ങനെ കഥയിൽ ആവർത്തിച്ച് പരാമർശിക്കപ്പെടുന്ന അശോകമരം കഥാഗാത്രത്തിലെ അഴിച്ചുമാറ്റാവുന്ന ഒരലങ്കാരവസ്തു ആവുന്നതിനു പകരം കഥയുടെ ജീവൻ തുടിക്കുന്ന അവിഭാജ്യ ഘടമായി പൂത്തുനില്ക്കുന്നു.

ചെറുകാടിന്റെ *ശനിദശ, മുത്തശ്ശി, മണ്ണിന്റെ മാറിൽ* അടക്കമുള്ള നോവലുകളിൽ കഥാകൃത്ത് നേരിട്ട് കഥപറയുന്നതിനുപകരം പാത്രഭാഷണങ്ങളിലൂടെയാണ് ആഖ്യാനം പുരോഗമിക്കുന്നത്. സ്വഭാഷയിൽ സ്വയം വെളിപ്പെടാതെ പാത്രഭാഷണങ്ങളിൽ മറഞ്ഞിരുന്ന് കഥ പറയുന്നിടത്താണ് ചെറുകാടിന്റെ കലാവൈഭവം പ്രസ്പഷ്ടമാവുന്നത്. ഒരാളുടെ ഭാഷയിലല്ല. പലരുടെ ഭാഷകളിൽ പരസ്പരം ചൈതന്യം പകരുന്ന ഭാഷണവൈവിദ്ധ്യങ്ങളിലാണ് കഥ ഇതൾവിടർത്തുന്നത്. ഭാഷണാത്മകമാണ് ആഖ്യാനം എന്നതിനാൽ, ഭാഷാപരവും ശൈലീപരവുമായ വൈവിദ്ധ്യങ്ങൾ കഥ പറയുന്ന രീതിയെ ആകർഷകവും രസമയവും ആക്കുന്നു. ആവിഷ്കാരത്തിന്റെ സാഹിത്യപരതയെ അതിനു സഹജമായ യാന്ത്രികതയെ ഏകതാനതയെ സംഭാഷണരൂപം മറികടക്കുന്നു. തന്റെ കാലത്തെ സാഹിത്യഭാഷയുടെ പരോക്ഷമായ വിമർശനം കൂടി ഇതിലുൾച്ചേരുന്നുണ്ട്. ആഖ്യാനഭാഷ വരമൊഴിയിൽനിന്ന് വാമൊഴിയിലേക്ക് മൗലികമായ ഒരു മാറ്റത്തിന് വിധേയമാവുന്നു. നാടൻ പാട്ടുകളുടെ മട്ടുകളും നാട്ടുഭാഷയും സമന്വയിച്ച് പി ഭാസ്കരനും കെ രാഘവനും മലയാളത്തനിമയോലുന്ന സിനിമാഗാനങ്ങൾക്ക് തുടക്കം കുറിച്ച കാലത്തുതന്നെയാണ് ചെറുകാട് നാട്ടുമൊഴി വഴക്കങ്ങളിൽ മുങ്ങിക്കുളിച്ച് നവീകരിക്കപ്പെട്ടൊരു ഭാഷയിൽ കഥ പറയാൻ തുടങ്ങിയത്. പുഷ്കിൻ കൃതികൾക്ക് 'റഷ്യൻ ജീവിതത്തിന്റെ വിശ്വവിജ്ഞാന കോശ'മെന്ന് ബലിൻസ്കി നല്കിയ വിശേഷണം മിഖായേൽ ബഖ്തിൻ ഉദ്ധരിക്കുന്നുണ്ട്.

നിത്യജീവിതത്തിലെ വസ്തുക്കളുടെ ഒരു കാറ്റലോഗ് ആയിരുന്നില്ല അതെന്നും റഷ്യൻ ജീവിതം അതിന്റെ സർവ്വശബ്ദങ്ങളിലും ഭാഷയിലും ശൈലിയിലും പുഷ്കിന്റെ കൃതികളിൽ സംസാരിക്കുകയായിരുന്നു

എന്നും ബഖ്തിൻ പറയുന്നു. വള്ളുവനാടിന്റെ വിശ്വവിജ്ഞാനകോശമെന്ന് ചെറുകാട് സാഹിത്യത്തിനും പേരിടാം. വള്ളുവനാടൻ ജീവിതത്തിന്റെ സർവ്വ ശബ്ദങ്ങളും ശൈലികളും ആ കൃതികളിൽ ഇടകലരുകയും മുഴങ്ങി ഉയരുകയും ചെയ്യുന്നു.

സംഭാഷണരൂപത്തിലുള്ള കഥാസംവിധാനം ഒരു നാടകത്തിലെന്നപോലെ എഴുത്തുകാരന്റെ ഇടനിലയില്ലാതെ കഥാപാത്രങ്ങളും വായനക്കാരും തമ്മിൽ സംവദിക്കാൻ സന്ദർഭമൊരുക്കുന്നുണ്ട്. പാത്രഭാഷണങ്ങളുടെ ഒഴുക്കിൽ കഥാകൃത്തിന്റെ ആത്മഭാഷണം മൂകമായി മുങ്ങിക്കിടക്കുന്നു. എഴുത്തുകാരന്റെ അഭിപ്രായങ്ങൾ എത്രമേൽ ഒളിഞ്ഞിരിക്കുന്നുവോ, അത്രമേൽ അത് കൃതിക്ക് നല്ലതാണെന്ന എംഗൽസിന്റെ ഒരു നിരീക്ഷണം ഇവിടെ ഓർമ്മവരുന്നു.

കൃതിയിൽ നിന്ന് പരോക്ഷമായി രൂപപ്പെട്ടുവരുന്ന വസ്തുനിഷ്ഠമായ പക്ഷപാതമാണ് (Objective Partisanship) എഴുത്തുകാർ പ്രത്യക്ഷമായി ഉയർത്തിപ്പിടിക്കുന്ന ആത്മനിഷ്ഠമായ പക്ഷപാതമല്ല അഭികാമ്യമെന്നും മാർക്സിസ്റ്റ് കലാചിന്ത തിരിച്ചറിഞ്ഞിട്ടുണ്ട്. ഈ ഗുണവിശേഷങ്ങൾ തന്റെ കൃതികൾക്ക് കൈവരാൻ ആവിഷ്കാരം ആഖ്യാനാത്മകമാവുന്നതിനുപകരം നാടകീയമാക്കിയതിലൂടെ ചെറുകാട് നിപുണമായി വഴി തുറന്നിട്ടിരിക്കുന്നു. മാത്രമല്ല, കഥ പറയാൻ ഇത്തരമൊരു ശൈലി സ്വീകരിച്ചുകൊണ്ട് നാടകമെന്നും നോവലെന്നും വിളിച്ച് വേർതിരിക്കുന്ന ശാഖാപരമായ വ്യത്യാസങ്ങളെയും ചെറുകാട് മായ്ച്ചുകളഞ്ഞിരിക്കുന്നു.

വർത്തമാനകാലത്തിന്റെ വസ്തുനിഷ്ഠമായ വിവരണമല്ല സാഹിത്യം. ചെറുകാടിന്റെ തങ്കമ്മയും കൊച്ചുകൊണ്ടേരനും നാണി മിസ്ട്രസ്സുമൊന്നും ആ നോവലെഴുതിയ കാലത്തിന്റെ യാഥാർത്ഥ്യങ്ങളല്ല. അവരൊക്കെ യാഥാർത്ഥ്യത്തിന്റെ ചക്രവാളത്തിൽ എഴുത്തുകാരൻ വരച്ചുവെച്ച സ്വപ്നങ്ങളുടെ മഴവിൽ വിതാനങ്ങളാണ്. ഇന്ന് യാഥാർത്ഥ്യം കെട്ടുകഥയായി 'കാഴ്ചപ്പണ്ടമായി' മൂല്യമില്ലാത്ത പകർപ്പായി അതിവേഗം പരിണമിച്ചുകൊണ്ടിരിക്കുകയാണ്. സർവ്വതും ചരക്കുവല്ക്കരിക്കപ്പെട്ടിരിക്കുന്നു. കല, ചരക്ക് ആവുകയും ചരക്ക് കലയാവുകയും ചെയ്തിരിക്കുന്നു. സാഹിത്യത്തിനും ജീവിതത്തിനുമിടയ്ക്ക് സദാ നിലനിന്നതും നിലനില്ക്കേണ്ടതുമായ അകലം ഇതാദ്യമായി അപ്രത്യക്ഷമാവുകയാണ്. സമൂഹത്തിന്റെ സർഗ്ഗജീവിതം സ്തംഭിച്ചുപോവുന്ന ഒരു പ്രതിസന്ധി രൂപപ്പെടുകയാണ്. നിഴലുകൾ വന്നു മൂടുന്ന ഈ വഴികളിൽ വിതറാൻ തന്റെ കൃതികളിൽ ചെറുകാട് ഒരുപിടി വെളിച്ചം കരുതിവെച്ചിട്ടുണ്ട്.

9 789386 364845

Printed by Libri Plureos GmbH in Hamburg,
Germany